இஸ்லாமிய வரலாற்றுக் களஞ்சியம்

பாத்திமா மைந்தன்

நன்னூல் பதிப்பகம்
மணலி-610203
திருத்துறைப்பூண்டி

இஸ்லாமிய வரலாற்றுக் களஞ்சியம்

நூலாசிரியர்: **பாத்திமா மைந்தன்** ©
முதல் பதிப்பு: அக்டோபர்-2024
பக்கங்கள்: 144

வெளியீடு:
நன்னூல் பதிப்பகம்
தொடர்பு எண்: 99436 24956
மணலி, திருத்துறைப்பூண்டி - 610 203
nannoolpathippagam@gmail.com

விலை ரூ.150

Islamiya Varalatru Kalanjiyam
Author: **Fathima Maindhan** ©
First Edition: October-2024
Pages: 144

ISBN 978-93-94414-95-2

Published by:
Nannool Pathippagam
Contact No. 99436 24956
Manali, Thiruthuraipoondi - 610203
nannoolpathippagam@gmail.com

Price ₹150

வடிவமைப்பு: சு. கதிரவன்

Printed at : ASX Printers, Chennai - 5.

கவி வேந்தர் மு.மேத்தாவின் அணிந்துரை

'**பா**த்திமா மைந்தன்' ஒரு பண்பாளர்!

பண்பாலும் அன்பாலும் பண்பட்ட பத்திரிகையாளர்!

இவரது எழுத்திலும், பேச்சிலும் இழையோடும் மொழி–

'காயாமொழி'யில் பிறந்து கனிந்த மொழி; கவிதை மொழி!

இவர்–மாநிலக் கல்லூரி (சென்னை)யில் முதுகலை இலக்கியம் படித்தவர்.

தன் படைப்புகளை மாநிலமே படிக்கக் கொடுத்தவர்.

'தினத்தந்தி'யின் ஒலிபெருக்கியாய்த் திகழும் குரல்– இவருடையது.

தந்தியின் மடியில் தாலாட்டப்பட்ட தமிழ்– இவருடையது.

★ ★ ★

பத்திரிகையோடு முடிந்து விடுவதில்லை பாத்திமா மைந்தனின் பணி. புத்தகங்களாகவும், தத்துவங்களாகவும் பூத்து மலர்கின்றன இவருடைய எழுத்துக்கள்!

'நெஞ்சில் பூத்த நெருஞ்சி'– என்ற இவரது உரைநடைக் காவியம்!

படிப்பவர்கள் நெஞ்சில் பனி மலையாய்ப் பதியும் காதல் ஓவியம்!

இது–

இவருடைய எழுத்தின் நேர்த்தியை நிலைநாட்டுகிறது.

ஒவ்வொரு நெஞ்சிலும் உறங்க விடாமல் தவிக்கும் காதல் நினைவுகளைப் படம் பிடித்துக் காட்டுகிறது.

பாத்திமா மைந்தன் எதை எழுதினாலும் அது– 'தந்தி' வாசகம் போல் நம் உள்ளத்தில் பதிந்து உட்கார்ந்து கொள்கிறது.

★ ★ ★

'சின்னச் சின்ன நிகழ்ச்சிகளுக்குள்–

சித்திரமாய்–சிற்பமாய்–சிந்தனைகளைப்

பதிய வைக்கும் பாத்திமா மைந்தனின் முயற்சியைப்

படிப்பவர் உள்ளமெல்லாம் பாராட்டும்!

'சிறந்த எழுத்தாளர்' என்று அவரைச் சீராட்டும்.

அந்தக் கூட்டத்தில் நானும் ஒருவனாய்க் குரல் கொடுக்கிறேன்.

என்னுரை

மனிதர்களில் இருந்தே ஒரு சிலரைத் தன் தூதர்களாகத் தேர்ந்தெடுத்து அவர்களுக்கு இறைவன் தன் வேதத்தை வழங்கினான். அதில் இறுதித் தூதராக அனுப்பப்பட்டவர்களே நபிகள் நாயகம் (ஸல்) அவர்கள் ஆவார். மக்கா மாநகருக்கு அருகே உள்ள 'ஹிரா' குகையில் அவர்கள் தனித்திருந்து தியானத்திலும் இறைச் சிந்தனையிலும் ஈடுபட்டு வந்தார்கள். அப்போது ஒருநாள் வானவர் ஜிப்ரீல் (ரலி) மூலமாக இறைச் செய்தி இறங்கியது. இதைத் தொடர்ந்து இறைச் செய்திகள் தொடர்ந்து நபிகளார் மூலமாக வெளிவரத் தொடங்கின.

பின்னர் நபிகளார் ரகசியமாகவும், வெளிப்படையாகவும் இறை அழைப்புப் பணியை மேற்கொண்டார்கள். இதை ஏற்க மறுத்த மக்கா மாநகர் குரைஷிகள், நபிகளாரைக் கடும் சொல்லாலும், கல்லாலும் தாக்கினார்கள். இவற்றை நபிகளார் பொறுமையுடன் ஏற்றுக் கொண்டார்கள். 23 ஆண்டுகளில் அவரது கொள்கைகளை அரேபிய தீபகற்பம் ஏற்றுக் கொண்டது. உலகம் முழுவதும் வெகு வேகமாகப் பரவியது.

அவர் மரணம் அடைந்த பிறகு அவருடைய தோழர் அபூபக்கர் சித்தீக் (ரலி) உமர் (ரலி) போன்றோர் உன்னத ஆட்சியை உலகுக்குத் தந்தனர். இத்தகைய ஒழுக்கமான ஒரு சமுதாயத்தை உருவாக்க நபிகளாரும், அவர்களுடைய தோழர்களும் பட்ட துயரங்களும், சோதனைகளும் எண்ணற்றவை. அதை அவர்கள் புன்னகையோடு ஏற்றுக் கொண்டார்கள். அந்த இஸ்லாமிய வரலாற்று வானம் விரிவானது; அந்த வரலாற்று சம்பவங்கள் பலவும் அனைவரும் அறிந்தவைதான். இருந்தபோதிலும் அதை மிகவும் எளிய நடையில் எழுத வேண்டும் என்று விருப்பம் கொண்டேன்.

அந்த செய்திகளைச் சிறுகதை வடிவில் எழுதினேன். 'இஸ்லாமிய வரலாற்று வானில்' என்ற தலைப்பில் 'ராணி' வார இதழில் 44 வாரங்கள் வெளியாயின. இதற்காக 'ராணி' ஆசிரியர் ராமகிருஷ்ணன் (வணங்காமுடி) அவர்களுக்கு என் நெஞ்சார்ந்த நன்றியைத் தெரிவித்துக் கொள்கிறேன். இதை நூலாக வெளியிட்ட நன்னூல் பதிப்பகத்திற்கு என் மனமார்ந்த நன்றி.

பாத்திமா மைந்தன்

பொருளடக்கம்

1. நாம் இருவர் அல்ல... மூவர்! 11
2. முன்மாதிரி கலீபா 15
3. முத்திரைத் தீர்ப்பு 19
4. நபிகளாரின் நகைச்சுவை 22
5. நபிகளின் நற்பண்பு 26
6. எளிமையின் சிகரம் 29
7. நகர்வல நினைவுகள் 32
8. அழுகையும், சிரிப்பும்! 35
9. இறைவனே உங்கள் எஜமான் 38
10. தண்ணீர் எல்லோருக்கும் சொந்தம் 41
11. பாத்திமாவின்பரிவு 44
12. வாரி வழங்கிய வள்ளல் 47

13.	வீரப்பெண்மணி	50
14.	உயர்வு தரும் உண்மை	53
15.	கடலில் வீசிய வெள்ளிக்காசுகள்	56
16.	அருள் மழையில் நனையாத அறிவுமழை	59
17.	கழுமரத்தில் ஏற்றியபோதும்	62
18.	வேலைக்காரிக்கு விசிறிய கலீபா	65
19.	நபிகளாரின் கொள்கை உறுதி	68
20.	அறிவுரைக்கும் அவகாசம்!	71
21.	அன்னைக்காகக் காத்திருந்த அன்பு மகன்	75
22.	கொடிகாத்த இளைஞர்	78
23.	நபிகளாரின் பண்பாடு	81
24.	விசுவாசமான முதல் பெண்மணி	84
25.	உயிருக்கு அஞ்சாத உறுதி	88
26.	தன்னிகரில்லா தாய்	91
27.	அண்ணலின் கருணை உள்ளம்	94
28.	வீரத்திருமகன்	97
29.	தாகம் தீர்த்த கிணறு	100
30.	உழைத்து உண்	103
31.	அண்ணனை மாற்றிய தங்கை	105
32.	தியாகிகளின் தலைவர்	109
33.	நபிகளாரின் சாதனை	113

34. நபிகளாரின் பட்டணம்	116
35. இஸ்லாமிய ஆண்டு	119
36. நபிகளுக்குப் பாலூட்டிய வளர்ப்புத்தாய்	122
37. உஹது வீராங்கனை	125
38. நீரூற்றைத் தேடும் பணி	128
39. இரு துருவங்கள்	131
40. அன்னை ஆமினா	134
41. அதிசய அடையாளம்	137
42. அதிசய ரகசியம் 'ஜம் ஜம்'	140
43. மூட்டை சுமந்த ஆளுநர்	143

1. நாம் இருவர் அல்ல... மூவர்!

மக்கா மாநகரில் குரைஷிகளின் தொல்லை எல்லை கடந்து போனது. நபிகள் நாயகம் (ஸல்) அவர்களைக் கொல்லவும் திட்டமிட்டனர். இதனால், நபிகளார் யாருக்கும் தெரியாமல் தோழர் அபூபக்கர் (ரலி) அவர்களுடன் இரவோடு இரவாக மக்காவை விட்டு வெளியேறினார்கள்.

மக்காவில் இருந்து மூன்று கல்களுக்கு அப்பால் இருந்தது தவ்ர் மலை. அதில் உள்ள குகையில் பதுங்கிக்கொள்ளலாம் என்றே அவர்கள் அதை நோக்கிச் சென்றனர். கரிய இருள், கரடு முரடான கற்கள் என ஆபத்தான பயணம்.

இருவரும் மலைக்குகையை அடைந்தனர். குகைக்குள் முதலில் அபூபக்கர் அவர்கள் நுழைந்து, அதைச் சுத்தம் செய்தார்கள். அதில் பல துவாரங்கள் இருந்தன. அவை நச்சுப் பூச்சிகள் வசிக்கும் வளைகளாக இருக்கலாம் என்ற அச்சத்தால் அபூபக்கர் அவர்கள், தம் மேனி மீது கிடந்த துணியைக் கிழித்து அவற்றை அடைத்தார்கள்.

துணி போதாமல் ஒரு துளை மட்டும் அடைக்கப்படவில்லை. அதன் பின் குகை வாசலில் நின்றுகொண்டிருந்த அண்ணல் நபி அவர்களை உள்ளே வரும்படி அபூபக்கர் அவர்கள் அழைத்தார்கள். நபிகள், பயணக் களைப்பில் உடல் சோர்ந்து இருந்தார்கள்.

அபூபக்கர் தரையில் அமர்ந்தார். தம் மடியை மஞ்சமாக்கினார். அண்ணல் நபிகளார் இதை ஏற்க மறுத்திருப்பார்கள். ஆனால், களைப்பு அவர்களை இதற்கு இணங்க வைத்தது. அபூபக்கர் மடி மீது தம் தலையை வைத்து, அண்ணலார் தூங்க ஆரம்பித்தார்கள்.

துணி போதாமல் அடைக்கப்படாமல் இருந்த துளையில் ஏதாவது நச்சுப்பூச்சி இருக்கலாம். அதனால் நபிகளாருக்கு ஏதாவது பாதகம் ஏற்படலாம் என்று அபூபக்கர் அவர்கள் அஞ்சினார்கள். தம் ஒரு காலால் அந்தத் துளையை அடைத்தார்கள்.

அந்தத் துளையில் நச்சரவம் ஒன்று இருந்தது. அது, அபூபக்கர் அவர்களின் கால் பெருவிரலைத் தீண்டியது. விஷம் உடலில் ஏற ஏற வேதனை அதிகரித்தது. அசைந்தால் அல்லாஹ்வின் தூதர் அவர்களின் அயர்ந்த தூக்கம் கலைந்துவிடலாம் என அஞ்சிய அபூபக்கர் அவர்கள், விஷத்தின் வேதனையைத் தாங்கிக்கொள்ள முயன்றார்கள்.

ஆனால், அவர்களையும் அறியாமல் கண்களில் பெருக்கெடுத்த கண்ணீர் கரைபுரண்டு வழிந்தது. நபிகள் நாயகம் அவர்களின் முகத்தில் முத்துத் துளிகளாய் மெல்ல மெல்ல விழுந்தது. அவ்வளவுதான்! அண்ணல் நபி கண் விழித்துவிட்டார்கள்.

தம் அன்பு தோழர் அபூபக்கர் அவர்களின் கண்களில் கண்ணீரைக் கண்டார்கள். பொந்திலிருந்து அவர்களின் காலை அகற்றினார்கள். அரவம் கடித்திருப்பதை அறிந்து, தம் வாயில் சுரந்த அமிழ்தத்தை அந்த இடத்தில் தடவினார்கள்.

உலகின் ஆன்ம நோய் அத்தனைக்கும் மருந்தாய் வந்த அவர்கள், தம் வாயில் சுரந்த அமிழ்தத்தைத் தடவியதுமே அபூபக்கர் அவர்களின் வலி நீங்கியது.

இதற்கிடையில், தோழரோடு முகம்மது நபிகள் தப்பிவிட்டார் என்பதை அறிந்ததும், மக்கா நகர் பாதகர்கள் அவர்களைத் தேடிச் சென்றனர். அவர்கள் மறைந்திருந்த குகை வாசல் அருகே வந்து விட்டனர்.

"இருவரும் இதை விட்டு ஓரடியும் தாண்டவில்லை. இந்தக் குகைக்குள்தான் பதுங்கி இருக்க வேண்டும்" என்று மக்காவின் மந்திரக்காரன் அபூகர்ஸ் உரத்த குரலில் கூறினான்.

எந்தத் தூதரின் மீது கொண்ட அளவில்லாத அன்புக்காக ஊரைத் துறந்து, உற்றாரைப் பிரிந்து வந்தார்களோ – கொடுவாளை ஏந்தி நின்ற கொடுமதியாளர்களின் கரத்திலிருந்து மீண்டு, எந்தத் துணைவரைத் தன் தோளில் சுமந்து அங்கே கொண்டுவந்து சேர்த்தார்களோ– அந்த நபி பெருமான் இப்போது எதிரிகளின் கைகளில் சிக்கினால்...

இதை நினைத்தபோது அபூபக்கர் அவர்களின் உள்ளம் சோர்ந்தது. கண்களில் நீர் சுரந்தது. இதைப் பார்த்த நபிகள் நாயகம், "அபூபக்கரே ஏன் கலங்குகிறீர்கள்?" என்று கேட்டார்கள்.

"இறைத்தூதரே... அங்கே பாருங்கள், அவர்கள் பலர் இருக்கின்றார்கள். நாம் இருவர் மட்டுமே" என்று அபூபக்கர் அவர்கள் கூறினார்கள்.

"அஞ்சாதீர், நாம் இருவர் அல்லர்... மூவர். நிச்சயமாக அல்லாஹ்வும் நம்மோடு இருக்கிறான்" என்றார்கள், நபிகளார்.

மீண்டும் குரைஷிகளின் உரையாடல் கேட்கத் தொடங்கியது.

"வாருங்கள்... நாம் குகையின் உள்ளே சென்று பார்ப்போம்" என்றான் ஒருவன்.

"குகை வாசலில் பின்னப்பட்டு இருக்கும் சிலந்தி வலையைப் பார். இது முகம்மது பிறப்பதற்கு முன்பே பின்னப்பட்டது போல தெரியவில்லையா, உமக்கு? நாம் ஏன் உள்ளே சென்று நம்மை நாமே முட்டாள்களாக்கிக்கொள்ள வேண்டும்?" என்று இன்னொருவன் கூற, கொடியவர்கள் எல்லோரும் அந்த இடத்தைவிட்டு அகன்றார்கள்.

2. முன்மாதிரி கலீபா

நபிகள் நாயகத்தின் மறைவுக்குப் பிறகு மக்கள் பிரதிநிதிகள் சேர்ந்து இஸ்லாமிய குடியரசின் முதல் கலீபாவாக (ஜனாதிபதி) அபூபக்கர் சித்தீக் அவர்களைத் தேர்ந்து எடுத்தார்கள்.

அபூபக்கர் சித்தீக் அவர்கள் கலீபாவாகத் தேர்ந்து எடுக்கப்பட்டபோது, மதீனாவே மகிழ்ச்சியில் திளைத்தது. ஆனால், அந்த மகிழ்ச்சியில் இரு சிறுமிகள் மட்டும் பங்கு பெறவில்லை. காரணம், அபூபக்கர் அவர்கள் தம் வீட்டின் அருகே வாழ்ந்த அந்தச் சிறுமிகளுக்கு, ஆடுகளில் இருந்து பால் கறந்து கொடுப்பது வழக்கம்.

கலீபாவாக அபூபக்கர் தேர்ந்து எடுக்கப்பட்டபோது அந்தச் சிறுமிகளுக்கு ஒரு சந்தேகம் ஏற்பட்டது. அதாவது, 'அபூபக்கர் அவர்கள் வழக்கம்போல தங்களுக்குப் பால் கறந்து தருவார்களா?' என்று சந்தேகப்பட்டனர்.

இந்தத் தகவல் அபூபக்கரின் காதுகளில் விழுந்தது. உடனே அவர்கள் அந்தச் சிறுமிகள் இருக்கும் இடம்

தேடிச் சென்றார்கள். அவர்களை அரவணைத்தபடி அன்புடன் பேசினார்கள். "இறைவன் அருளால் என் பதவி, எனது வழக்கமான வேலைகளை மாற்றிவிடாது என்று நம்புகிறேன். நான் நிச்சயமாக உங்கள் ஆடுகளில் இருந்து பால் கறந்து கொடுக்கும் பணியைத் தொடருவேன்" என்று உறுதி கூறினார்கள்.

அதன்பின்னர் அந்த வழியாகச் செல்லும்போதெல்லாம், "உங்கள் ஆடுகளில் பால் கறக்க வேண்டுமா?" என்று கேட்பார்கள். அந்தச் சிறுமிகள் எதைச் செய்ய சொல்கிறார்களோ, அதைச் செய்ய அபூபக்கர் அவர்கள் மறுத்ததில்லை.

போரில் தன் ஒரே மகனையும் இழந்துவிட்டு, மதீனாவுக்கு அருகில் ஒரு குடிலில் மூதாட்டி ஒருவர் வசித்து வருகிறார் என்பது அபூபக்கர் சித்தீக் கவனத்துக்கு வந்தது. அவருக்கு இனிமேல், இறைவனுக்கு அடுத்தபடியாக தாமே ஆதாரமாக இருக்க மனதில் உறுதி எடுத்துக்கொண்டார்கள். இதன்படி ஒவ்வொரு நாளும் அதிகாலையில் அங்குச் சென்று, அந்த மூதாட்டி வசிக்கும் குடிலைச் சுத்தம் செய்வதோடு, அவருக்கு வேண்டிய உணவுப்பொருட்களையும் வழங்கிவிட்டு வந்தார்கள். இது கலீபா அபூபக்கர் சித்தீக் அவர்களின் அன்றாட அலுவல் என்று ஆகிவிட்டது.

இதற்கிடையே, மகனை இழந்து ஆதரவற்ற நிலையில் மூதாட்டி வாழ்ந்து வரும் செய்தி, உமர் (ரலி) அவர்களுக்கும் எட்டுகிறது. ஒருநாள் விடியற்காலையில் அங்குச் சென்று அவர்கள் பார்த்தபோது, அந்த மூதாட்டிக்குரிய தேவைகள் பூர்த்தி செய்யப்பட்டு இருப்பது தெரியவந்தது.

'இவ்வளவு அக்கறையுடன் நமக்கு முன்பே இந்த இளம் காலைப்பொழுதில் வந்து, மூதாட்டிக்குப் பணிவிடைகள் செய்துவிட்டுப் போவது யார்?' என்ற கேள்விக்குறி அவர்கள் மனதில் எழுந்தது.

மறுநாள் நள்ளிரவு கழிந்ததும், உமர் (ரலி) அவர்கள் அந்தக் குடிலின் பின்புறம் மறைந்து கொள்கிறார்கள்.

அதிகாலையில் கலீபா அபூபக்கர் சித்தீக் அவர்கள் அங்கு வந்து, மூதாட்டிக்குப் பணிவிடை செய்து உணவு வழங்கியதைக் கண்டார்கள். எவ்வளவோ கடமைகளுக்கு இடையிலும், கலீபா இந்தக் கடமையைத் தவறாமல் செய்வதை அறிந்த உமர் அவர்கள் முகத்தில் ஆச்சரியம் படர்ந்தது.

கலீபாவாகப் பதவி ஏற்ற பிறகும், 6 மாதங்கள் வரை தங்கள் வாணிபத்தைத் தொடர்ந்து நடத்தி வந்தார்கள். இதன் பின்னரே கலீபா அவர்களுக்கு ஊதியமாகப் பைத்துல் மாலில் (பொது நிதித் தொகுப்பு) இருந்து ஒரு தொகை ஒதுக்கப்பட வேண்டும் என்ற சிந்தனை தோழர்களுக்கு உதித்தது.

அண்ணல் நபிகள் நாயகம் (ஸல்) அவர்களோடு துணை நின்று சமுதாயத்தை உருவாக்குவதில் தனது உடைமைகள் அனைத்தையும் அபூபக்கர் சித்தீக் அவர்கள் இழந்திருந்த போதிலும், ஆட்சிப் பொறுப்புக்கு வந்த பிறகும் அதில் இருந்து எந்த ஒரு ஆதாயத்தையும் அடைய விரும்பவில்லை.

ஒருநாள் அபூபக்கர் சித்தீக் அவர்கள், தன் வீட்டில் உணவு உண்டு கொண்டிருந்தார்கள். வழக்கத்திற்கு மாறாக, அவர்களுக்குப் பிடித்த சுவையான பாயசம் பரிமாறப்படுகிறது.

"என்ன, இன்று பாயசமெல்லாம் தடபுடலாக இருக்கிறதே... என்ன விசேஷம்?"

"விசேஷம் ஒன்றுமில்லை. உங்களுக்குப் பாயசம் மிகவும் பிடிக்கும். வெகுநாட்களாக அதற்கு வசதி கிட்டவில்லை. ஆகவே, சில காலமாக ஜனாதிபதியாக நீங்கள் சேவை செய்வதற்காக அரசு பணத்தில் இருந்து உங்களுக்கு வழங்கப்படும் மாதாந்திர அன்பளிப்பில் கொஞ்சம் கொஞ்சமாகச் சேர்த்து வைத்து இந்தப் பாயசத்தைச் செய்தேன்."

"எனக்கு அரசு வழங்கும் மாதாந்திர அன்பளிப்பில் இருந்து எவ்வளவு சேமிக்க முடிகிறது?"

"நாள்தோறும் சேமிக்க முடிவதில்லை. மாதத்தில் ஒரு சில 'திர்ஹம்'களைச் சேமிக்க முடிகிறது"

– இது கலீபாவிற்கும், மனைவிக்கும் இடையே நடந்த உரையாடல்.

இதைக் கேட்ட கலீபா, நிதி பொறுப்பாளரைச் சந்தித்து, "எனக்கு நீங்கள் அரசு பணத்தில் இருந்து வழங்கும் மாதாந்திர அன்பளிப்பு, எனது குடும்ப தேவையைக் காட்டிலும் கூடுதலாக இருக்கிறது. எனவே, எனது அன்பளிப்புத் தொகையில் சிறிதளவு குறைத்துவிடுங்கள். ஏனெனில், மறுமை நீதி விசாரணையின்போது– அரசு பணத்தைத் தேவைக்கு அதிகமாகப் பெற்றதற்காக இறைவன் (அல்லாஹ்) குற்றம் கண்டுவிடுவதைக் கண்டு அஞ்சுகிறேன்" என்றார்கள்.

இதைக் கேட்டதும், நிதிப் பொறுப்பாளர் அப்படியே உறைந்து போய்விட்டார்.

அபூபக்கர் சித்தீக் அவர்கள், ஒரு மன்னராக அல்ல! மக்களின் தலைவராக வாழ்ந்தார்கள். மக்களின் காவலராகப் பொறுப்பேற்ற அவர்கள், மக்களின் ஏவலராகச் செயல்பட்டார்கள். அரசு நிதியில் இருந்து, தேவைக்கு அதிகமாக எதையும் பெறக்கூடாது என்பதில் உறுதியாக இருந்தார்கள்.

3
முத்திரைத் தீர்ப்பு

நபிகள் நாயகம் (ஸல்) அவர்கள், மக்கா மாநகருக்கு வடகிழக்கே சுமார் 2 மைல் தொலைவில் உள்ள 'ஹிரா' குகைக்குச் சென்று– தனித்திருந்து இறை தியானத்தில் ஈடுபட்டு வந்த நேரம்.

சில வேளைகளில் அன்பு மனைவி கதீஜா (ரலி) அவர்களையும், குழந்தைகளையும் அழைத்துச் செல்வதும் உண்டு. இந்தக் கடும் தியானத்தைப் பெருமானார் அவர்கள் ஒரு ஆண்டோ, ஈராண்டோ நடத்தவில்லை. திருமணமான பின்னர் சுமார் பத்தாண்டு காலம் தியானத்தில் ஈடுபட்டு வந்தார்கள்.

அப்போது அவர்களுக்கு 35 வயது. மக்கா நகரில் உள்ள புனித இல்லமான 'கஅபா'வைப் புதுப்பித்துக் கட்ட வேண்டிய கட்டாயம் ஏற்பட்டது. இந்த அரும்பணியில் மக்கா மாநகரில் இருந்த பிரதான கோத்திரத்தார் ஈடுபட்டனர்.

கட்டுமான வேலை ஒரு கட்டத்திற்கு வந்தவுடன், அந்தக் கட்டிடத்தில் நபி இப்ராகிம் (அலை) அவர்கள்

பதித்திருந்த 'ஹஜருல் அஸ்வத்' என்னும் புனிதக் கருங்கல்லை, அது முன்பு இருந்த இடத்தில் வைத்து கட்ட வேண்டியிருந்தது.

அந்தக் கல்லைத் தூக்கிக்கொண்டு போய் வைக்கும் பெருமை தங்களுக்கே கிடைக்க வேண்டும் என்று ஒவ்வொரு கோத்திரத்தாரும் பேரார்வம் கொண்டனர். இதன் விளைவாய் அவர்களுக்குள் பெரும் மோதல் ஏற்பட்டு, செந்நீர் சிந்தும் சூழ்நிலை வருமோ என்ற அச்சம் நிலவியது!

அங்கிருந்த முதியவர் அபூ உமையா பின் முகைரா, கூடி இருந்தவர்களை இடைமறித்து, "நாம் ஐந்து நாட்கள் வீணில் வாதம் செய்தோம்; அவனியில் பேதமுற்றோம். நாளை அதிகாலை பனூ ஷைபா எனும் பாபு ஸ்ஸலாம் வாயில் வழியாக இங்கே யார் இறைவனைத் தொழ முதல் ஆளாய் நுழைகிறார்களோ, அவரிடம் நம் வழக்கைச் சொல்லி தீர்ப்பு கோருவோம். அதை அனைவரும் ஏற்றுக்கொள்வோம். அறிவுக்கு இடம் கொடுப்போம்; உணர்ச்சிக்கு விடை கொடுப்போம்" என்ற அரிய யோசனையைத் தெரிவித்தார். அதை அனைவரும் ஒரு மனதாக ஒப்புக்கொண்டனர்.

மறுநாள் அதிகாலையில் 'கஅபா'வுக்குள் யார் நுழைகிறார்கள் என்பதைக் காண அங்கு அனைவரும் விடியும் வரை விழித்துக் காத்திருந்தனர்.

வைகறையின்போது பனூ ஷைபா வாயில் வழியே புனிதப்பகுதி நோக்கி ஓர் உருவம் வந்துகொண்டிருப்பது மங்கலாகத் தெரிந்தது. அருகில் வந்ததும், 'வைகறையில் ஒளி வீசும் வெண்ணிலவோ' என்று எண்ணிய மக்கள்– அடையாளம் தெரிந்ததும், "அல் அமீன் வருகிறார். அல் அமீன் வருகிறார்" என்று மகிழ்ச்சி ஆரவாரம் செய்தனர்.

அல் அமீன் என்றால் 'நம்பிக்கையாளர்' என்று அர்த்தம்.

மக்கா மாநகர் மக்களின் அத்தகைய நம்பிக்கை நட்சத்திரம் யார் தெரியுமா? அவர் தாம் பெருமானார் (ஸல்) அவர்கள் ஆவார்கள்.

அண்ணல் நபி அவர்களிடம் வழக்கைக் கூறி தீர்ப்பு வழங்கும்படி கேட்டுக்கொண்டனர். சிறிது நேரச் சிந்தனைக்குப் பிறகு, தங்கள் மீதிருந்த போர்வையைத் தரையில் விரித்தார்கள். 'ஹஜருல் அஸ்வத்' எனும் அந்தப் புனிதக் கல்லைத் தனது திருக்கரங்களால் எடுத்துப் போர்வையில் வைத்தார்கள்.

போர்வையைச் சுற்றிப் பற்றிக் கொள்ளுமாறு கோத்திரத் தலைவர்களை விளித்தார்கள். அந்தக் கல்லைப் பதிக்க வேண்டிய இடத்திற்கு அருகே வைக்குமாறு பணித்தார்கள்.

இந்தத் தீர்ப்பை அனைவரும் இன்முகத்துடன் ஏற்று, அவ்வாறே புனித கல்லைத் தூக்கிப் போய் வைத்தனர். பெருமானார் அதை மீண்டும் தனது திருக்கரங்களால் சுவரில் பதித்தார்கள். இத்தகைய முத்திரைத் தீர்ப்பால் அத்தரையில் பெரும் போர் தவிர்க்கப்பட்டது.

4. நபிகளாரின் நகைச்சுவை

நபிகள் நாயகம் (ஸல்) அவர்கள் பண்பிலும், செயல்களிலும் உயர்ந்தவர். எப்போதும் புன்னகை தவழும் முகத்துடன் இருந்தார்கள். நகைச்சுவை உணர்வு மிக்கவராகவும் திகழ்ந்தார்கள்.

நபிகளார் குழந்தையாக இருந்தபோது அவர்களைக் கண்காணித்து வளர்க்கும் பேறுபெற்ற உம்மு ஐமன் (ரலி) அவர்கள், நபிகளாரின் பேரன்புக்குப் பாத்திரமானவர்கள். நபிகள் நாயகம் அவர்களின் தாய், தந்தை, பாட்டனார் போன்றவர்களுக்கும் அறிமுகமானவர்கள். இதனால் உம்மு ஐமன் அவர்களுக்கு அண்ணல் நபி அவர்கள் பெரிதும் கண்ணியம் அளித்து வந்தார்கள்.

நபிகள் நாயகம் இஸ்லாமியப் பேரரசை வழிநடத்திச் சென்ற வேளை. உம்மு ஐமன் அவர்கள் நபிகளாரைச் சந்திக்கச் சென்றார்கள். "தாயே!" என்று அவர்களை அன்புடன் அழைத்து மரியாதையுடன் வரவேற்று இருக்கையில் அமரச் செய்தார்கள்.

“இறைத்தூதரே! எனக்குப் பயணம் செய்வதற்கு ஒரு ஒட்டகம் தேவைப்படுகிறது. அதைத் தங்களிடம் பெற்றுச் செல்லலாம் என்பதற்காக உங்களை நாடி வந்தேன்” என்று உம்மு ஐமன் அவர்கள் கூறினார்கள்.

உடனே நபிகள் சிரித்தவாறு, “உங்களுக்கு ஒரு ஒட்டகக் குட்டியைத் தர ஏற்பாடு செய்கிறேன்” என்றார்கள்.

“எனக்கு ஒட்டகக்குட்டி எதற்கு? தொலைதூரப் பயணம் செய்வதற்கு ஒட்டகம்தான் எனக்குத் தேவை” என்று உம்மு ஐமன் பதில் அளித்தார்கள்.

“இல்லை...இல்லை! உங்களுக்கு ஒட்டகக்குட்டிதான் கிடைக்கும்” என்று கூறி அண்ணல் நபி அவர்கள், பணியாளரிடம் ரகசியமாக ஏதோ கூறினார்கள்.

சிறிது நேரத்தில் அங்கே ஒரு ஒட்டகத்தைக் கொண்டு வந்து பணியாளர் கட்டினார். அதை உம்மு ஐமன் அவர்களிடம் கொடுத்துவிட்டு, ‘தாயே! இப்போது பாருங்கள். இது ஒட்டகக்குட்டிதான்! எந்த ஒட்டகமும் தனது தாய்க்குக் குட்டிதானே?” என்று சிரித்தவாறு சொன்னார்கள் அண்ணல் நபி அவர்கள்.

உம்மு ஐமன் அவர்களும் வாய்விட்டுச் சிரித்தார்கள். ஒட்டகத்தைப் பெற்றுச் சென்றார்கள்.

ஒருமுறை அன்னை ஆயிஷா(ரலி) அவர்களுடன் நபிகள் நாயகம் அவர்கள் பயணம் மேற்கொண்டார்கள். அப்போது ஆயிஷா அவர்களிடம், “நாம் இருவரும் ஓட்டப்பந்தயம் வைத்துக்கொள்வோம். அதில் யார் வெற்றி பெறுகிறார்கள் என்று பார்ப்போம்” என்று கூறினார்கள். இதன்படி இருவரும் சிறிது தூரம் ஓடினார்கள். உடல் மெலிந்த பெண்ணாக இருந்ததால் ஆயிஷா அவர்கள், நபிகள் நாயகத்தை முந்திவிட்டார்கள்.

நாட்கள் நகர்ந்தன. இன்னொரு முறை பயணத்தில் இருந்தபோது– ஆயிஷா அவர்களிடம், ‘வா! நாம் இருவரும் ஓடுவோம்’ என்றார்கள் நபி அவர்கள். அப்போது ஆயிஷா

அவர்கள் சற்று பருத்த உடலுடன் இருந்ததால், இந்தமுறை நபிகள் நாயகம் வெற்றி கண்டார்கள்.

"அதற்கு இது சமமாகிவிட்டது" என்று நபிகள் நாயகம் சொல்லிச் சிரித்தார்கள்.

ஒருநாள் மூதாட்டி ஒருவர் அண்ணல் நபி அவர்களிடம் சென்று, "இறைத்தூதரே, நான் சொர்க்கம் செல்ல அல்லாஹ்விடம் நீங்கள் பிரார்த்தனை (துஆ) செய்யுங்கள்" என்று வேண்டினார். அப்போது நபிகளார் புன்னகை செய்தபடி, "கிழவிகள் சொர்க்கம் புகமாட்டார்கள்" என்றார்கள். இதைக்கேட்ட அந்த மூதாட்டி அழுதவாறு திரும்பிச்சென்றார். அந்த வயோதிகப் பெண்மணியை அண்ணல் நபி அவர்கள் அழைத்து, "கிழவியாக இருக்கும் நிலையில் பெண்கள் சொர்க்கம் புகமாட்டார்கள். இளம்பெண்ணாகவே அவர்கள் சொர்க்கத்தில் நுழைவார்கள்" என்று கூறிவிட்டு, அதுபற்றிய இறைவசனத்தை ஓதிக்காட்டினார்கள்.

ஒருமுறை அண்ணல் நபி அவர்களும், அலி (ரலி) அவர்களும் அருகருகே அமர்ந்து உணவு அருந்திக் கொண்டிருந்தார்கள். அவர்கள் சாப்பிடுவதற்காக பேரீச்சம் பழங்களும் வைக்கப்பட்டிருந்தன. பேரீச்சம் பழங்களைச் சாப்பிட்ட நபிகளார், கொட்டைகளைத் தன் அருகிலேயே போட்டார்கள். ஆனால் அலி, அவர்களோ, பேரீச்சம் பழங்களைச் சாப்பிட்டுவிட்டு, அண்ணலார் அறியாதபடி அதன் கொட்டைகளை நபிகளார் வைத்திருந்த கொட்டைகளோடு சேர்த்துவைத்து விட்டார்கள். இப்போது நபிகள் நாயகம் அருகே ஏராளமான பேரீச்சம்பழக் கொட்டைகள்; ஆனால் அலி அவர்கள் அருகில் பழக்கொட்டைகள் எதுவுமே இல்லை.

சாப்பிட்டு முடித்ததும், அலி (ரலி) அவர்கள், "இறைத்தூதரே, எல்லாப் பேரீச்சம் பழங்களையும் நீங்களே சாப்பிட்டுவிட்டீர்கள் போலிருக்கிறதே?" என்றார்கள்.

உடனே பெருமானார் (ஸல்) அவர்கள், "நானாவது கொட்டைகளை எடுத்துவிட்டு, பழங்களை மட்டுமே சாப்பிட்டேன். ஆனால், நீங்களோ அனைத்துப் பழங்களையும் கொட்டையோடு சாப்பிட்டுவிட்டீர்களே?" என்று சொல்லி சிரித்தார்கள். இதைக்கேட்டு அலி அவர்களும் வயிறு குலுங்க சிரித்தார்கள்.

மிகச்சிறந்த ஆட்சியாளராகத் திகழ்ந்த நபிகள் நாயகம் (ஸல்) அவர்கள், நகைச்சுவையாளராகவும் விளங்கினார்கள். திருத்தூதரிடம் அந்தப் பண்பைக் கண்ட நபித்தோழர்கள், "இறைத்தூதரே, நீங்கள் எங்களுடன் நகைச்சுவையாகப் பேசுகிறீர்களே?" என்று ஆச்சரியத்துடன் கேட்டார்கள். அதற்கு நபிகளார், "நான் உண்மையைத்தவிர வேறெதையும் கூறமாட்டேன்" என்று பதில் அளித்தார்கள்.

5. நபிகளின் நற்பண்பு

அகிலத்தின் அருட்கொடையாய் வந்துதித்த அண்ணல் நபி (ஸல்) அவர்களின் வாழ்வும், வாக்கும் மனிதர்களை நேர்வழிப்படுத்திடும் கலங்கரை விளக்காகும்.

'நற்குணங்களைப் பரிபூரணப்படுத்தவே நான் அனுப்பப்பட்டுள்ளேன்'- என்பது நபிகளாரின் வாக்கு. இந்தக் கூற்றுக்கு ஏற்ப, நபிகள் நாயகம் நற்பண்புகளின் தாயகமாகவே திகழ்ந்தார்கள்.

நபிகள் நாயகம் அவர்கள் புதிய மார்க்கத்தைப் போதித்து வந்த நேரம். எதிரிகள் பல வழிகளிலும் தொல்லை கொடுத்து வந்தனர். அது எல்லை மீறிய போதும், அண்ணல் நபி அவர்கள் அதையெல்லாம் இன்முகத்துடன் ஏற்றுக்கொண்டார்கள்.

அப்போது மக்கா மாநகரில் மூதாட்டி ஒருத்தி, அண்ணலாரின் அறிவுரைகளை ஏற்க மறுத்ததோடு மட்டுமல்ல... பழிவாங்கும் போக்கையும் மேற்கொண்டாள். அண்ணல் நபி அவர்கள் அதிகாலை தொழுகைக்கு

வழக்கமாகச் செல்லும் வேளையில், அவர்கள் மீது குப்பை கொட்டுவதை அந்தக் கிழவி பழக்கமாக வைத்திருந்தாள்.

இது தினந்தோறும் தொடர்ந்தது. இதை நபிகளார் பொறுமையுடன் சகித்துக்கொண்டார்கள். சில நாட்கள் குப்பை கொட்டுவது நின்று போனது.

ஒரு நாள் அந்த வழியாகச் சென்ற அண்ணலார், பக்கத்து வீட்டாரிடம் இது பற்றி விசாரித்தார்கள். அந்த மூதாட்டி உடல் நலம் இல்லாமல் படுத்த படுக்கையாகக் கிடப்பதாகத் தெரிவித்தனர். உடனே அந்தக் கிழவியின் வீட்டுக்குச் சென்று, நலம் விசாரித்தார்கள் அண்ணல் நபி.

தனக்கு இன்னல் செய்த கிழவியை, நபிகளாரின் இந்தச் செயல் நாணமுறச் செய்தது. தனது செயலுக்கு மன்னிப்புக் கேட்டு, அந்தக் கிழவி இஸ்லாத்தை இன்முகத்தோடு ஏற்றுக்கொண்டாள்.

மக்கா மாநகருக்கு தென்கிழக்கே சுமார் 70 மைல் தொலைவில் 'தாயிப்' என்ற நகருக்கு இஸ்லாத்தை எடுத்துரைக்க, தன்னுடைய வளர்ப்பு மகன் ஜைது (ரலி) அவர்களை அழைத்துக்கொண்டு நபிகள் நாயகம் அவர்கள் சென்றார்கள். அங்கு செல்வாக்கு மிக்க 3 சகோதரர்களைச் சந்தித்து இஸ்லாத்தைப் பற்றி எடுத்துக் கூறினார்கள். அவர்கள் அண்ணலாரைக் கிண்டலும், கேலியும் செய்தனர்.

வெஞ்சினம் கொண்ட அந்த நஞ்சு நெஞ்சத்தினர் துஷ்டர்களையும், சிறுவர்களையும் ஏவி– பெருமானாரைக் கற்களாலும், சொற்களாலும் தாக்கினார்கள். இவ்வாறு பத்தரைமாற்று தங்கத்தை அவர்கள் பத்து நாட்கள் பாடாய்ப் படுத்தினார்கள்.

பெருமானார் இதையெல்லாம் பெருந்தன்மையுடன் பொறுத்துக்கொண்டார்கள். பதினோராம் நாள் அவர்கள் இருவரும் தாயிப் நகரை விட்டு வெளியேறினார்கள்.

அவர்களைக் கொடிய மனம் கொண்டோர், ஓட ஓட விரட்டினார்கள்.

விண்ணவரும், மண்ணவரும் போற்றும் அண்ணலார் மீது அவர்கள் கல்மாரி பொழிந்தார்கள். இதனால், பெருமானாரின் பொன்மேனியில் காயங்கள் ஏற்பட்டன. ரத்தம் பெருக்கெடுத்து ஓடியது. அருகில் தென்பட்ட ஒரு தோட்டத்திற்குள் இருவரும் தஞ்சம் புகுந்தனர்.

வேதனையைப் பொறுக்க முடியாமல் சாதனை நாயகர் கீழே சாய்ந்துவிட்டார்கள். பக்கத்தில் இருந்த ஜைத், நபிகளாரைத் தாங்கியபடி, 'இறைத்தூதரே! நாசக்காரர்கள் நாசமடைய இறைவனைப் பிரார்த்தித்தால் என்ன?' என்று வினவினார்.

இதற்குக் கருணைமிக்க நபி அவர்கள், 'நான் மக்களிடம் அன்பு பாராட்டவும், அவர்களுக்கு நல்லுபதேசம் செய்யவும் அனுப்பப்பட்டு இருக்கிறேன். அவர்களுக்கு வேதனையை வழங்குவதற்காக அனுப்பப்படவில்லை. இன்றில்லாவிட்டாலும், நாளை இவர்கள் நேர்வழியில் வருவார்கள். இவர்கள் வராவிட்டாலும் இவர்களின் வழித்தோன்றல்கள் நிச்சயம் இஸ்லாத்தை ஏற்பார்கள்' என்று இன்முகத்தோடு கூறினார்கள்.

இதன்பிறகு நபிகளார் இருகரம் ஏந்தி, 'இறைவா! அறியாமையால் இந்த மக்கள் செய்யும் பிழைகளைப் பொறுத்துவிடு. உன் கோபம் மட்டும் இல்லாதிருந்தால், அதுவே எனக்குப் போதும். நீயே என்னுடைய பாதுகாவலன்' என்று இறைஞ்சினார்கள்.

6

எளிமையின் சிகரம்

இஸ்லாமிய பேரரசின் இரண்டாம் கலீபா (ஜனாதிபதி) உமர் (ரலி) அவர்கள் எளிமையின் சிகரமாகத் திகழ்ந்தார்கள். உயர்ந்த பதவியில் இருந்தபோதும் உணவு, உடை, நடைமுறைப் பழக்க வழக்கங்களில் சாதாரண மனிதரைப் போன்றே வாழ்ந்தார்கள்.

நீதி-அது உமர் என்ற பெயரோடு உலா வந்தது.

எளிமை- அவரால் வலிமை பெற்றது.

ஒட்டுப்போட்ட சட்டை, அதற்கு மாற்றுடை வாங்க முடியாத நிலையில் அதையே மீண்டும் தைத்து உமர் அவர்கள் அணிந்து வந்தார்கள்.

இதுபற்றி அவர்களுடைய மகள் ஹப்ஸா (ரலி) அவர்கள் தந்தையிடம் குறைபட்டுக்கொண்டார். அப்போது, 'இதைவிட உயர்ந்த ஆடையை நான் வாங்க முடியாது. ஏனெனில், இது மக்கள் வரிப்பணத்தில் இருந்து வாங்கப்படுகிறது' என்று உமர் அவர்கள் பதில் அளித்தார்கள்.

'கோடை காலத்திற்கு ஓர் உடை, குளிர் காலத்திற்கு இன்னொரு ஆடை என்று ஆண்டுக்கு இரண்டு உடைகள். இவை பெற மட்டுமே எனக்கு உரிமை. சமுதாயத்தில் ஓர் அங்கம் நான். மற்றவர்களுக்குரிய உரிமைகளின் அளவுக்கே என் உரிமையும்' என்பதில் உமர் அவர்கள் உறுதியுடன் இருந்தார்கள்.

வாழ்க்கையின் எளிமையைச் சற்றே தளர்த்தும்படியாக ஹப்ஸா அவர்கள் கேட்டுக்கொண்டபோது, 'மகளே! நீ உன் தந்தையை நஷ்டமடையச் செய்துவிடாதே' என்று அறிவுரை பகர்ந்தார்கள்.

'அநாதைகளின் பொருளில் அதன் காப்பாளனுக்கு எந்த அளவு அனுபவிக்க உரிமையோ, அந்த அளவுக்கு மக்களின் உடைமைகளில் அனுபவிக்க எனக்கு உரிமை' என்பது உமர் அவர்களின் வாதம்.

இந்த நிலையில் ஒரு நாள், அவர்களின் இளவயது அருமை மகன் சோகமாகக் காணப்பட்டான்.

மகனின் இந்தச் சோகம் கண்டு கலீபா, 'மகனே! உனக்கென்ன நேர்ந்தது? ஏன் இப்படி முகவாட்டத்துடன் காணப்படுகிறாய்?' என்றார்கள்.

'இல்லை... ஒன்றுமில்லை...சும்மா'

'சும்மாவெல்லாம் வேண்டாம், என்ன குறை உனக்கு?'

'ஒன்றுமில்லை, ஒட்டுப்போட்ட இந்தச் சட்டையை அணிந்துகொண்டு பள்ளிக்கூடத்திற்குச் சென்றிருந்தேன். இதைக்கண்ட என் வகுப்புத் தோழர்கள் என்னைக் கேலி செய்தனர். அதனால் தான் இப்படி இருந்தேன்'.

'அப்படியா? கவலையை விடு' என்று கூறிவிட்டு, அவரது ஆட்சியின் நிதிப் பொறுப்பாளருக்கு ஒரு கடிதம் எழுதி, அதை தன்னுடைய மகனிடம் கொடுத்து அனுப்பினார்கள்.

அதில், 'இந்தக் கடிதம் கொண்டு வரும் என்னுடைய மகனுக்கு நல்ல சட்டை ஒன்றுமில்லை. இதனால் புதிய

சட்டை வாங்குவதற்குப் போதுமான தொகையை அவனிடம் கொடுத்து அனுப்புங்கள். அதை எனது பற்றாகக் கணக்கு வைத்து, இன்ஷா அல்லாஹ் வரும் மாதம் எனக்கு அரசு சார்பில் வழங்கப்படும் மாத ஊதியத்தில் கழித்துக் கொள்ளுங்கள்' என்று எழுதப்பட்டு இருந்தது.

இதைப் படித்த நிதிப் பொறுப்பாளர், இதற்குப் பதில் கடிதம் எழுதி, அந்தச் சிறுவனிடமே உமர் அவர்களுக்குக் கொடுத்து அனுப்பினார்.

'தங்களின் மடல் கண்டேன். தங்களது விருப்பப்படி அதிகப் பற்று அளிக்கத் தயாராக இருக்கிறேன் நான். ஆனால், வரும் மாதம் தங்களின் ஊதியத்தைப் பெறும் வரையில், தாங்கள் உயிருடன் இருப்பீர்கள் என்பதற்குத் தங்களால் உத்தரவாதம் தர முடியுமா? அப்படித் தருவீர்களேயானால், உங்கள் விருப்பப்படி செய்வதில் எனக்கு எந்தவித ஆட்சேபனையும் இல்லை' என்று அதில் எழுதி இருந்தார்.

இந்தக் கடிதத்தைப் படித்த கலீபா அவர்கள், தீயை மிதித்த உணர்வுக்கு ஆளாகி, 'ஆம், அடுத்த விநாடி வரை உயிர் வாழ்வேன் என்பதற்கு உத்தரவாதம் தரமுடியாத நான், இந்த மாதம் முடியும் வரை வாழ்வேன் என்பதற்கு எப்படி உறுதி தர முடியும்? அதிகார மமதையில் இறைச் சித்தத்தை மறந்த பாவியாகிவிட்டேனே' என்று கூறி நிதிப் பொறுப்பாளருக்குக் கொடுத்த கடிதத்தைத் திரும்ப பெற்றுக்கொண்டார்.

7. நகர்வல நினைவுகள்

இஸ்லாமிய பேரரசின் கலீபா (ஜனாதிபதி) உமர் (ரலி) அவர்கள் நீதியின் சின்னமாகவும், எளிமையின் சிகரமாகவும் திகழ்ந்தார்கள். மக்களுக்குத் தொண்டு புரிவதிலேயே கண்ணும் கருத்துமாக இருந்தார்கள்.

மக்களின் நிலை எவ்வாறு இருக்கிறது என்பதை அறிய உமர் அவர்கள் இரவில் அடிக்கடி நகர் வலம் செல்வது வழக்கம். ஒருநாள் இரவு நகர்வலம் சென்ற உமர் அவர்கள், ஊர் முழுதும் சுற்றிவிட்டு ஒரு வீட்டின் திண்ணையில் அமர்ந்தார்கள். அந்த வீட்டில் இருந்து இருவர் உரையாடும் குரல் கேட்டது.

உள்ளே தாய் தன் மகளிடம், "எழுந்து சென்று பாலில் தண்ணீர் கலந்துவிட்டு வா" என்று கூறினாள்.

இதற்கு அந்த இளம்பெண், "பாலிலே தண்ணீரைக் கலந்து விற்கக்கூடாது என்று கலீபா கட்டளையிட்டு இருப்பதை நீங்கள் கேள்விப்படவில்லையா? எனவே, நான் பாலில் தண்ணீரைக் கலக்கமாட்டேன்" என்று சொன்னாள்.

இதைக் கேட்ட அந்தத் தாய், "பாலில் தண்ணீர் கலந்தால், கலீபா என்ன பார்த்துக்கொண்டா இருக்கிறார்?" என்று கேள்வி எழுப்பினாள்.

"கலீபா பார்க்காவிட்டால் என்ன? அல்லாஹ் (இறைவன்) பார்த்துக்கொண்டு இருக்கிறானே! இதனால் இப்படிப்பட்ட நம்பிக்கைத் துரோகத்தை நான் செய்யமாட்டேன்" என்று மகள் பிடிவாதமாக மறுத்தாள்.

இந்த உரையாடலை உன்னிப்பாகக் கேட்ட உமர் அவர்கள், அந்த மகளின் உன்னத பதிலைக் கேட்டு மகிழ்ச்சி அடைந்தார்.

மறுநாள் தாயையும், மகளையும் வீட்டிற்கு வரவழைத்து, இறையச்சம் கொண்ட இளம்பெண்ணைப் பாராட்டினார்கள். அதோடு நின்றுவிடாமல், தன்னுடைய மகன் ஆஸிம் அவர்களுக்கு அந்தப் பெண்ணை மணமுடித்து வைத்தார்கள்.

உலக மக்கள் உறங்கிக்கொண்டிருந்த ஒரு நள்ளிரவில், நகர்வலம் வந்துகொண்டிருந்த உமர் அவர்கள், ஒரு கூடார வாயிலில் நடுத்தர வயது மனிதர் ஆழ்ந்த சிந்தனையுடன் அமர்ந்திருப்பதைக் கண்டார்கள்.

அவர் தூங்காமல் இருக்கும் காரணத்தை அறிய ஆர்வம் கொண்ட கலீபா அவர்கள், அருகே சென்று உரையாடினார்கள். கூடாரத்தின் உள்ளே இருந்து முனகல் குரல் கேட்டது. அந்த மனிதரின் மனைவி பிரசவ வேதனையின் விளிம்பில் இருப்பதை உமர் அவர்கள் விளங்கிக்கொண்டார்கள்.

உடனடியாக வீட்டுக்குத் திரும்பி மனைவி உம்மு குல்தூம் (ரலி) அவர்களை அழைத்துக்கொண்டு கூடாரத்தை வந்தடைந்தார்கள்.

அந்த அம்மையார் கர்ப்பிணிப் பெண்ணுக்குத் துணைபுரிய, சிறிது நேரத்தில் அழும் குரலோடு அழகிய குழந்தை பிறந்தது.

உம்மு குல்தூம் அவர்கள் வெளியே வந்து, "கலீபா அவர்களே, தங்கள் நண்பருக்கு ஆண் குழந்தை பிறந்த நற்செய்தியைக் கூறுங்கள்" என்றார்கள். அப்போதுதான், தம்மோடு அமர்ந்து உரையாடிக்கொண்டிருப்பது கலீபா

என்பதும், பிரசவம் பார்த்த பெண்மணி அவருடைய துணைவியார் என்பதும் தெரியவந்தது. அந்த மனிதரின் உள்ளம் மகிழ்ச்சியால் நிரம்பி வழிந்தது.

இன்னொரு நாள் நள்ளிரவு. ஒரு குடிசையில் இருந்து குழந்தைகளின் அழுகுரல் கேட்டது. அங்கிருந்த பெண்ணிடம், "குழந்தைகள் ஏன் அழுகின்றன?" என்று அந்த வழியாக நகர்வலம் வந்த உமர் அவர்கள் கேட்டார்கள்.

"என் குடும்ப விவகாரத்தை வழிப்போக்கரிடம் சொல்ல வேண்டிய அவசியமில்லை" என்று அந்தப் பெண் கூறிவிட்டாள்.

"என்னை உன் உடன்பிறப்பாக எண்ணி உன் கவலையைக் கூறு. அதைக் களைய நான் முயல்கிறேன்" என்று உமர் அவர்கள் சொன்னார்கள்.

"குழந்தைகள் பசியால் அழுகின்றன. உணவுப் பொருட்கள் எதுவும் இல்லாததால், அடுப்பை மூட்டி வெறும் பாத்திரத்தை வைத்து குழந்தைகளைத் தூங்கச் செய்ய முயற்சிக்கிறேன்" என்று அந்தப் பெண் கூறியதைக் கேட்டதும் கலங்கிப் போனார் கலீபா அவர்கள்.

"குழந்தைகளைத் தூங்க வைக்க வேண்டாம்" என்று கூறிவிட்டு தனது வீட்டுக்குச் சென்றார்கள். உணவுப் பொருட்களைச் சுமந்துகொண்டு அந்தப் பெண்ணின் இல்லம் திரும்பினார்கள். அதை ஏழைத் தாயிடம் சேர்ப்பித்து, சமைக்கவும் உதவினார்கள். உணவு தயாரானதும், குழந்தைகள் உள்ளம் குளிர்ந்தன.

உடனே நன்றிப் பெருக்கோடு, "உமருக்குப் பதிலாக உம்மையல்லவா கலீபாவாக ஆக்கி இருக்க வேண்டும்" என்று அந்தப் பெண் சொல்ல, உமர் அவர்கள் மெல்லிய புன்னகையைப் பதிலாக்கிவிட்டு அங்கிருந்து அகன்றார்கள்.

8

அழுகையும், சிரிப்பும்!

இளைய மகள் பாத்திமா (ரலி) அவர்கள் மீது அண்ணலார் அளவில்லாத பாசமும், நேசமும் வைத்திருந்தார்கள். பாத்திமா அவர்களும் தந்தை மீது பேரன்பு கொண்டிருந்தார்கள்.

ஒருநாள் நபிகளார், இறை இல்லமான 'கஅபா'வில் தொழுகையில் இருந்தார்கள். அவர்களுக்குக் கொடியவன் அபூஜஹல் அடுக்கடுக்கான தொல்லைகளைக் கொடுத்து வந்தான்.

நபிகளார் 'சஜ்தா' (நெற்றியைத் தரையில் பதித்து வழிபடுவது) செய்த நிலையில் இருந்தார்கள். அவர்கள் நிமிர்ந்த நேரத்தில் அவன் ஒட்டகத்தின் குடலை அவர்களின் கழுத்தில் போட்டுவிட்டான். அது அதிக பளுவாக இருந்ததால், அண்ணலாருக்குத் தலையைத் தூக்க முடியவில்லை. ஒட்டகக் குடலில் படிந்திருந்த கழிவுகள் அவர்களின் ஆடையை அசுத்தப்படுத்தின.

அப்போது பாத்திமா சிறுமியாக இருந்தார். இதைக் கேள்விப்பட்டதும் ஓடோடி வந்தார். தந்தையாரை அந்த நிலையில் பார்த்ததும், அவர் நிலைகுலைந்து போனார். அழுதுகொண்டே அசுத்தத்தைச் சுத்தம் செய்தார்.

ஒரு நாள் பயணத்தில் இருந்து நபிகளார் திரும்பி வந்துகொண்டிருந்தார்கள். பாத்திமா அவர்கள், தெரு வாயிலிலேயே நின்று அண்ணலின் வரவை ஆர்வமாய் எதிர்நோக்கி இருந்தார்கள்.

நபி அவர்கள் களைப்பு மிகுதியால் இளைத்திருந்தார்கள். ஆடை முழுவதும் புழுதி படிந்திருந்தது. இந்தக் கோலத்தைப் பார்த்ததும் பாத்திமா அவர்கள் 'கோ'வென அழத் தொடங்கினார்கள். "எண்ணற்ற துயரங்கள், எண்ணிப் பார்க்கும்போது என் இதயமே வெடித்துவிடும் போல் இருக்கிறது" என்று பாத்திமா அவர்கள் துயரத்துடன் கூறினார்கள்.

"மகளே, உன் தந்தையை இறைவன் கைவிடமாட்டான்" என்று நபிகள் ஆறுதல் கூறினார்கள். பாத்திமா அவர்கள் குணத்தில், பொறுமையில், இறை அச்சத்தில், பழக்க வழக்கங்களில் பெரிதும் அண்ணலாருடன் ஒத்திருந்தார்கள்.

நபிகளார் இந்த உலகத்தைவிட்டு மறைவதற்குச் சில நாட்களுக்கு முன்னால்– நலம் விசாரிக்க, ஆயிஷா (ரலி) அவர்களின் வீட்டுக்கு பாத்திமா அவர்கள் சென்றார்கள். நபிகள் நாயகம் அவர்கள், மாதரசி பாத்திமா அவர்களை மிகுந்த பாசத்துடன் அருகில் அமர வைத்து– அவர்களின் காதில் மெதுவாக ஏதோ சில வார்த்தைகளைக் கூறினார்கள். இதைக் கேட்டதும் பாத்திமா அழத் தொடங்கினார்கள்.

அண்ணலார், மீண்டும் பாத்திமா அவர்களிடம் சில சொற்களைக் கூறினார்கள். இதைக் கேட்டதும் பாத்திமா சிரித்தார்கள். பாத்திமா அவர்கள் திரும்பிச் செல்ல முற்பட்டபோது–ஆயிஷா அவர்கள், "பாத்திமா, நீர் அழுததிலும், சிரித்ததிலும் என்ன ரகசியம் இருந்தது?" என்று கேட்டார்கள்.

"அண்ணலார் கூறிய ரகசியத்தை நான் அம்பலப்படுத்த மாட்டேன்" என்று பாத்திமா அவர்கள் கூறியபடி சென்றுவிட்டார்கள்.

அண்ணலாரின் மறைவுக்குப் பிறகு ஒருநாள் பாத்திமா அவர்கள், "முதலில் எனது மரணம் சமீபித்துவிட்டது என்று அல்லாஹ்வின் தூதர் என்னிடம் கூறினார்கள். பிரியமான தந்தையைப் பிரியப் போகிறோமே என்று கண்ணீர்விட்டேன்.

மறுகணம் அவர்கள் என்னிடம், 'நீதான் முதலில் என்னைச் சொர்க்கத்தில் சந்திப்பாய். நீயே சொர்க்கத்துப் பெண்களுக்கு தலைவியாய் இருப்பாய்' என்றார்கள். இதைக் கேட்டதும் மகிழ்ச்சி ஏற்பட்டது. நான் சிரித்தேன்" என்று அந்த ரகசியத்தை வெளியிட்டார்கள்.

(நபிகளாரின் மரணம், பாத்திமா அவர்களுக்கு மிகுந்த வேதனையை அளித்தது. அதன்பிறகு அவர்கள் சிரித்ததை யாரும் பார்க்கவில்லை. அதே நிலையில் ஆறு மாதங்கள் கழிவதற்குள் அவர்களும் மரணம் அடைந்தார்கள்.)

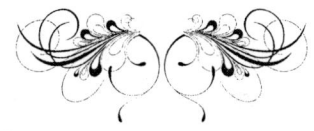

9. இறைவனே உங்கள் எஜமான்

அண்ணல் நபி (ஸல்) அவர்களுக்குப் பிறகு அபூபக்கர் (ரலி) அவர்களும், உமர் (ரலி) அவர்களும், உதுமான் (ரலி) அவர்களும், அலி (ரலி) அவர்களும் கலீபாக்களாக (ஜனாதிபதி) தேர்ந்து எடுக்கப்பட்டார்கள். அலி அவர்களுக்குப் பின் பனூ உமய்யா குலத்தார் ஆட்சியைக் கைப்பற்றிக்கொண்டனர். பனூ உமய்யா குலத்தின் கலீபாக்களில் உமர் பின் அப்துல் அஜீஸ் ஏழாவது கலீபா ஆனார்கள்.

முன்பு ஆளுநராக இருந்தபோது ஆடம்பரமாக வாழ்ந்த உமர் அவர்கள் கலீபாவாக பதவி ஏற்றபிறகு, துறவியைப் போல அனைத்தையும் துறந்தார்கள். ஆட்சி அதிகாரம்-அரசாங்க நிதி தம் வசம் இருந்தபோதும், ஏழையைப் போன்ற வாழ்க்கையை மேற்கொண்டார்கள்.

பதவி ஏற்ற உடனேயே அரசு வாகனங்களையும், உயர்ந்த குதிரைகளையும் அரசாங்க பொதுநிதியில் சேர்த்துவிட்டார்கள். மெய்க்காவலர்கள் ஈட்டியைப் பிடித்தபடி அவர்களுக்கு முன்னால் சென்றபோது, 'நானும் மற்ற முஸ்லிம்களைப் போல ஒரு முஸ்லிம் தான்; எனக்கு பாதுகாப்பு எதுவும் தேவையில்லை', என்று கூறி அவர்களை அனுப்பி வைத்தார்கள்.

பனூ உமய்யாக்கள் பொதுமக்களிடம் அபகரித்து வைத்திருந்த பொருட்களைக் கணக்கெடுத்து, உரியவர்களிடம் ஒப்படைக்கும் ஒப்பற்ற காரியத்தில் ஈடுபட்டார்கள். அவர்களுடைய மனைவி பாத்திமாவிடம் விலை உயர்ந்த முத்து ஒன்று இருந்தது. அந்த முத்தை அவர்களுடைய தந்தை கலீபாவாக இருந்த அப்துல் மலிக் அளித்து இருந்தார்.

உமர் அவர்கள் கலீபா ஆனதும் தன் மனைவியிடம், 'நீ முத்தை திருப்பிக் கொடுத்து விடு, அல்லது என்னிடம் இருந்து விவாக விலக்கு பெற்றுக்கொள். இந்த இரண்டில் ஒன்றை நீ தேர்ந்தெடுத்துக்கொள்ளலாம்' என்று கூறினார்கள். அதற்கு அவருடைய மனைவி, 'நான் தங்களுக்காக ஒரு முத்து மட்டுமல்ல, இதைப்போன்ற பல முத்துக்களையும் தியாகம் செய்யத் தயாராக இருக்கிறேன்' என்று கூறி, அந்த முத்தை அரசு கருவூலத்தில் சேர்த்துவிட்டார்.

இரவில் அரசாங்க வேலைகளைக் கவனிப்பதாக இருந்தால், அரசுக்குச் சொந்தமான விளக்கைப் பயன்படுத்துவார்கள். சொந்த வேலையாக இருந்தால், அதை அணைத்துவிட்டு– வீட்டில் உள்ள விளக்கை ஏற்றிக்கொள்வார்கள்.

இஸ்லாமிய ஆட்சியின் ஒளிவிளக்காக இருந்த உமர் பின் அப்துல் அஜீஸ் அவர்களைக் கொல்ல நஞ்சு மனம் கொண்டோர், நஞ்சைக் கொடுத்து விட்டார்கள்.

மரணப்படுக்கையில் அவர்களுடைய சிறிய தந்தையின் மகன் மஸ்லமா, 'நீங்கள் அரசாங்க நிதியில் இருந்து உங்கள் பிள்ளைகளை ஒதுக்கி வைத்தீர்கள். இப்போது ஒன்றுமில்லாத நிலையில் அவர்களை விட்டுச் செல்கிறீர்கள்' என்று குறைபட்டுக்கொண்டார்.

உடனே உமர் அவர்கள் தம் பிள்ளைகளை அழைத்து, 'மக்களே, உங்கள் தந்தை இரண்டு செயல்களில் ஒன்றையே செய்யக்கூடியவராக இருந்தார். ஒன்று, உங்களுக்குப்

பொருளைக் கொடுத்து, உங்களைச் செல்வந்தர்களாக்கி விட்டு அவர் நரகத்திற்குச் செல்வது. அல்லது உங்களை வறுமையில் விட்டுவிட்டு சொர்க்கத்துக்குச் செல்வது. நான் உங்களை வறுமையாளர்களாக விட்டுவிட்டு சொர்க்கம் செல்வதையே விரும்புகிறேன். என்னருமை மக்களே, இறைவனே உங்கள் எஜமானனாக இருக்கின்றான். சென்று வாரீர்' என்று கூறி அனுப்பி வைத்தார்கள்.

10

தண்ணீர் எல்லோருக்கும் சொந்தம்

நபிகள் நாயகம் (ஸல்) அவர்களை அடுத்து, இஸ்லாமியர்களின் இல்லங்களிலும், உள்ளங்களிலும் தனித்ததோர் இடத்தைத் தக்க வைத்திருப்பவர் அலி (ரலி) அவர்கள்.

களம் பல கண்டு வெற்றி வலம் வந்தவர்கள். பத்ர் போரில் அலி அவர்கள் ஆற்றிய பங்கு போற்றுதலுக்குரியது. அந்தப் போர்க்களத்தில் திரளான பேர், அலி அவர்களின் வாளுக்கு இரையானார்கள்.

இதன்பிறகு நடந்த உஹது போரில் அவர்கள் காட்டிய வீரம் அளப்பரியது.

அகழ் போரின்போது ஆயிரம் வீரர்களுக்கு இணையான அம்ருவுடன் அலி அவர்கள் நேருக்கு நேர் மோதி அவனைக் கொன்றார்கள். அப்போது, 'அலியைப் போன்ற வீரரும் இல்லை. துல்பிகாரைப் போன்ற வாளும் இல்லை' என்று நபிகளார் புகழ்ந்துரைத்தார்கள்.

காமூஸ் கோட்டை, முஸ்லிம்களின் தாக்குதலுக்குப் பணியவில்லை. இதனால் அந்தக் கோட்டையைக் கைப்பற்ற

அலி அவர்கள் சென்றார்கள். அந்தக் கோட்டையின் தளபதி மர்ஹப், மாவீரன்.

அவனை ரலி (அலி) அவர்கள் வெட்டி வீழ்த்தினார்கள். அப்போது ஒரு வீரன், அலி அவர்களின் கேடயத்தைத் தட்டிவிட்டான். கேடயம் கீழே விழுந்தது. உடனே காமூஸ் கோட்டையின் கதவைப் பெயர்த்தெடுத்து, கேடயமாக்கி வீரப்போர் புரிந்தார்கள். காமூஸ் கோட்டை வீழ்ந்தது.

இத்தகைய துணிவு மிக்க அலி அவர்கள் உதுமான் (ரலி) கொலையுண்ட பின்னர், தடம் மாறிய– தடுமாறிய சமுதாயத்திற்கு வழிகாட்ட 4-வது கலீபாவாகப் பொறுப்பேற்றார்கள்.

கலீபா அவர்களுக்கு விசுவாச பிரமாணம் செய்யாத நிலையில் முஆவியா (ரலி) அவர்கள் மட்டும் இருந்தார். உதுமான் அவர்கள் கொல்லப்பட்டதைத் தொடர்ந்து ஏற்பட்ட நிலைமையை அவர் தனக்குச் சாதகமாக ஆக்கிக்கொள்ள முயன்றார்.

முஆவியாவுடன் அமர்பின் ஆஸ் (ரலி), முகைரா பின் ஷுபா (ரலி), அப்துல்லாஹ் பின் உமர் (ரலி) ஆகியோர் சேர்ந்து கொண்டனர். எனவே, அவர்களை வெற்றி கொள்ள 50 ஆயிரம் பேர் கொண்ட படையுடன் அலி அவர்கள் சிரியா நோக்கிப் புறப்பட்டார்கள். இவர்கள் செல்வதற்கு முன்பாகவே, ஸிப்பீன் என்ற இடத்தில் புராத் நதி தீரத்தில் அகன்ற சமவெளிப்பகுதியை முஆவியாவின் படை வசப்படுத்திக்கொண்டது.

தாங்கள் வருவதற்கு முன்பே நீர்த்துறை எதிரிப்படையால் ஆக்கிரமிக்கப்பட்டு இருப்பதையும், தங்கள் படையினர் தண்ணீர் பெற முடியாமல் தவிப்பதையும் அலி அவர்கள் கண்டார்கள். இதனால் இரு தரப்பினருக்கும் இடையே போர் மூண்டது. இதில் கலீபா அலி அவர்களின் படை வீரர்கள் தீரத்துடன் போராடி, புராத் நதித் தீரத்தைக் கைப்பற்றிக் கொண்டனர். இதனால் முஆவியா படையினருக்குத் தண்ணீர் தடைபட்டது.

எதிர்தரப்பு வீரர்கள் தாகத்தால் தவித்தனர். அமர் பின் ஆஸ், 'அலி நமக்கு நீர் தர ஒருபோதும் மறுக்க மாட்டார்' என்று கூறி வீரர்களை அங்கு அனுப்பி வைத்தார்.

அவர்கள் தண்ணீர் பெற நீர்த்துறைக்கு வந்தபோது, கலீபாவின் படைவீரர்கள் அவர்களைத் தடுத்தனர். நீர் வேண்டும், தண்ணீர் வேண்டும் என்று கண்களில் நீர்வர நின்றிருந்த அவர்களைக் கலீபா அவர்கள் அழைத்தார்கள்.

'வானும், நிலவும், நீரும், காற்றும் எல்லோருக்கும் சொந்தம். தண்ணீருக்குத் தடை விதிப்பதை மார்க்கம் அனுமதிக்கவில்லை. நமது பண்பாடும் அதை ஏற்கவில்லை' என்று கூறி அவர்களுக்குத் தண்ணீரைத் தாராளமாய் வழங்கினார்கள்.

எத்தகைய உயர்ந்த உள்ளம் பாருங்கள்!

11
பாத்திமாவின் பரிவு

மாதர்குல மாணிக்கம், சொர்க்கத்துப் பேரரசி பாத்திமா (ரலி) அவர்களுக்கு அப்போது வயது ஐந்து. அவர்களது வீடு அருகேதான் மக்கா மாநகர கடைத்தெரு இருந்தது. ஒரு நாள் பணிப்பெண்ணுடன் கடைவீதிக்குச் சென்றிருந்தார்கள். ஏழைச் சிறுமி ஒருத்தி மெலிந்த உடலுடன், பசிக்கொடுமை தாங்காமல் அழுதபடி பிச்சை எடுத்துக்கொண்டிருந்தாள்.

இது பாத்திமாவின் பிஞ்சு நெஞ்சத்தில் கடும் காயத்தை உண்டாக்கியது. கண்களில் கண்ணீர் உருண்டோடியது. அந்தச் சிறுமிக்குக் கொடுப்பதற்குக் கையில் எதுவும் இல்லாத நிலையில், சோகத்தைச் சுமந்துகொண்டு வீட்டிற்குத் திரும்பினார்கள். பணிப்பெண்ணும் பின்னால் ஓடி வந்தாள்.

சற்றுநேரத்தில் மகளுக்காக வாங்கிய தின்பண்டப் பொட்டலத்துடன் நபிகள் நாயகம் (ஸல்) அவர்கள் உள்ளே நுழைந்தார்கள். அருமை மகளிடம் அதைக் கொடுத்தார்கள். பரவசச் சிரிப்பு, பாத்திமாவின் முகத்தில் பரவியது.

அதைப் பெற்றுக்கொண்டதும், 'நான் கடைத் தெருவரை சென்று வர அனுமதிக்க வேண்டும்' என்று தந்தையிடம் கூறினார்கள்.

அனுமதி கிடைத்ததும், பணிப்பெண்ணுடன் கடைத்தெரு நோக்கி ஓடினார்கள். அங்கும் இங்கும் ஓடி, முடிவில் சிறுமியைத் தேடிக் கண்டுபிடித்தார்கள்.

தம்முடைய தந்தையார் அன்புடன் வாங்கித் தந்த தின்பண்ட பொட்டலத்தைச் சிறுமியின் கையில் கொடுத்தார்கள். சிறுமியின் நெஞ்சம் மகிழ்ந்தது. பாத்திமா அவர்களின் ஈர உள்ளம் கண்டு, பணிப்பெண்ணின் கண்கள் பனித்தன.

மணப்பருவம் வந்ததும் பாத்திமா அவர்களுக்கும், அலி (ரலி) அவர்களுக்கும் எளிய முறையில் திருமணம் நடந்தேறியது. உலகத்திற்கே சீதனமாய் வந்த உன்னத நபி அவர்கள், தன் அருமை மகளுக்குச் சீதனமாய் மூங்கில் கட்டில், தோல் விரிப்பு, தலையணை, குவளை, குடங்கள் போன்றவற்றைக் கொடுத்து மகிழ்ந்தார்கள். மணவிழா முடிந்ததும், மக்கள் கூட்டம் கலைந்தது. அண்ணலாரும், ஏதோ வேலையாய் வெளியே புறப்பட்டார்கள்.

மணம் மாறாத புதுப்பெண்ணாய், மணஉடையில் பாத்திமா அவர்கள் வீட்டின் உள்ளே இருந்தார்கள். அப்போது ஏழைப் பெண் ஒருத்தி யாசகம் கேட்கும் குரல் கேட்டது.

வீட்டு வாசல்படியேறி, ஏதாவது கொடுக்குமாறு கெஞ்சும் அந்தப் பெண்ணை வெறுங்கையோடு அனுப்ப பாத்திமா அவர்களின் மனம் இடந்தரவில்லை.

இரப்போருக்கு இல்லை என்றே கூறி அறியாத பாத்திமா அவர்கள், மணவிழாவுக்காகத் தந்தையார் வாங்கித் தந்த புதிய ஆடையைக் களைந்து கையில் எடுத்துக்கொண்டார்கள்.

வேறொரு ஆடையை அணிந்துகொண்டு, அந்தப் பெண்ணிடம் தன் மண ஆடையை மகிழ்வுடன்

வழங்கினார்கள். சிறிது நேரத்தில் நபிகளார் வீட்டிற்கு வந்தார்கள்.

புத்தாடை அணிந்து புத்துணர்வுடன் இருக்க வேண்டிய பாத்திமா பழைய ஆடை அணிந்திருப்பதைக்கண்டு, 'ஏனம்மா, நான் வாங்கித் தந்த புத்தாடை எங்கே?' என்று வினவினார்கள்.

'அதை ஏழைப் பெண்ணுக்கு வழங்கிவிட்டேன்', என்று பாத்திமா அவர்கள் பதில் அளித்தார்கள்.

'வேறு ஏதாகிலும் வழங்கி இருக்கக்கூடாதா?' என்று கேட்ட நபிகளாருக்கு, பாத்திமா அவர்கள் அளித்த பதில் மகிழ்வைத் தந்தது.

'பிறருக்கு ஒரு பொருளை வழங்கும்போது, உங்களிடம் உள்ளவற்றில் சிறந்ததையே வழங்குங்கள் என்று தந்தையே நீங்கள்தானே கூறினீர்கள். அதனால் தான் நான் என்னிடம் இருந்ததில் ஏற்றமானதை வழங்கினேன்' என்றார்கள்.

12. வாரி வழங்கிய வள்ளல்

அபூபக்கர் சித்தீக், உமர் ஆகியோருக்குப் பிறகு இஸ்லாமியப் பேரரசின் கலீபா (ஜனாதிபதி) பொறுப்பை ஏற்றவர் உதுமான் (ரலி). அவர்கள் வள்ளல் தன்மைக்கு ஒரு சான்றாக வாழ்ந்தவர்.

அபூபக்கர் சித்தீக் (ரலி) அவர்களின் ஆட்சிக்காலத்தில் மதீனா மாநகரில் பெரும் பஞ்சம் நிலவியது. மக்கள் உணவு தானியங்கள் கிடைக்காமல் தவித்தனர். அப்போது சிரியா நாட்டில் இருந்து ஆயிரம் ஒட்டகங்களில் கோதுமை மூட்டைகள் வந்திறங்கின. அவை உதுமான் அவர்களுக்குச் சொந்தமானதாகும்.

வியாபாரிகள் பல மடங்கு லாபம் தருவதாக விலை பேசினார்கள். அவர்களின் ஆசை வார்த்தைக்கு உதுமான் விலைபோகவில்லை. மறுநாள் அந்தத் தானியங்களை மக்களுக்குத் தானமாக வழங்கினார்கள்.

தன் மகளுக்கு மணமுடிக்க தோழர் ஒருவர், அண்ணல் நபி அவர்களைச் சந்தித்து உதவி கேட்டார். நபிகளார் அவரை உதுமான் அவர்களிடம் அனுப்பி வைத்தார்கள்.

உதுமான் அவர்களைச் சந்தித்த அந்த மனிதர், மகளின் மணவிழாச் செய்தியை அறிவித்து அல்லாஹ்வுக்காக இந்த உதவியைச் செய்யுமாறு வேண்டினார். உதுமான் அவர்களும் ஒரு சிறிய தொகையைக் கொடுத்து அனுப்பினார்கள். அது அவருக்குப் போதுமானதாக இல்லை. அதனால் மீண்டும் பெருமானாரைச் சந்தித்து எடுத்துரைத்தார்கள்.

நபிகள் நாயகம் (ஸல்) அவர்கள் அந்தத் தோழரிடம், 'நீங்கள் உதுமானிடம் மீண்டும் சென்று அல்லாஹ்வின் தூதர் பெயரால் உதவுமாறு கேளுங்கள்' என்று அனுப்பி வைத்தார்கள். உதுமான் அவர்களைச் சந்தித்த அந்தத் தோழர், இறைத்தூதர் பெயரால் இந்த உதவியைச் செய்யுமாறு கேட்டுக்கொண்டார். அந்தத் தோழருக்கு உதுமான் அவர்கள் பெருந்தொகையை வாரி வழங்கினார்கள்.

இதைக்கண்டு வியந்த அந்தத் தோழர், நபிகளாரைச் சந்தித்தார். 'நாயகமே, அல்லாஹ் பெயரால் கேட்டபோது, உதுமான் குறைவாகவே கொடுத்தார். தங்கள் பெயரால் கேட்டபோது நிறைவாகக் கொடுக்க என்ன காரணம்?' என்று கேட்டார்.

'அதை உதுமானிடமே கேட்டுவிடுவோம்' என்று அண்ணலார் பதில் அளித்தார்கள். அதற்குள் அங்கு வந்த உதுமான் அவர்களிடம் இதுபற்றி கேட்டபோது, 'இறைத்தூதர் அவர்களே, எங்களுக்கு அல்லாஹ்வைப் பற்றி அறிவித்ததே நீங்கள் தானே? அதனால்தான் உங்கள் பெயரால் கேட்டபோது அதிகத் தொகை கொடுத்தேன்' என்றார்கள்.

தர்மத்தில் தாராள மனங்கொண்டவராய் திகழ்ந்த உதுமான் அவர்கள், பொருளை விரயம் செய்யக்கூடாது என்பதில் கண்டிப்புடன் இருந்தார்கள். ஒரு முறை அவர்களது இல்லத்தில் இரவு முழுவதும் ஒரு விளக்கு அணைக்கப்படாமல் எரிந்துகொண்டிருந்தது. இதற்காக தன் மனைவியைக் கடிந்தார்கள்.

அப்போது உதவிகேட்டு சென்ற ஒருவரின் காதுகளில் இந்த வார்த்தை விழுந்தது. 'எண்ணெய்க்கு கணக்குப் பார்க்கும் இவர் எங்கே நம் குறையைத் தீர்க்கப்போகிறார்?' என்று வந்தவழியே திரும்ப முயன்றார்.

இதைக் கவனித்த உதுமான் அவர்கள், அவரை அழைத்து, 'வந்த காரணம் என்ன?' என்று வினவினார்கள்.

தயக்கத்தோடு உதவி கேட்ட அவருக்கு, பை நிறைய நாணயங்களை வழங்கினார்கள்.

அப்போது உதுமான் அவர்கள், 'தோழரே, இப்போது நான் தந்திருப்பது தர்மம் சார்ந்தது. அல்லாஹ்வுக்காக தரப்பட்ட இந்தத் தர்மத்திற்குக் கணக்குக் கேட்கப்படமாட்டாது. ஆனால், இரவெல்லாம் விளக்கு அணைக்கப்படாமல் தேவையின்றி எரிந்து எண்ணெய் விரயமானது. விரயம் செய்பவர்களை இறைவன் நேசிப்பதில்லை' என்று விளக்கம் அளித்தார்கள்.

13
வீரப்பெண்மணி

நபிகள் நாயகம் (ஸல்) அவர்களின் பாட்டனார் அப்துல் முத்தலிப். அவருடைய அன்பு மகளார் ஸபிய்யா (ரலி) அவர்கள், நபிகளாரின் பேரன்புக்குரிய அத்தை. அரபிகளில் பெரும்பாலானோர் எழுத்தறிவு இல்லாதவர்களாக இருந்த அந்தக் காலத்தில் ஸபிய்யா அவர்களோ எழுத்தாற்றலும், பேச்சாற்றலும் மிக்கவராகத் திகழ்ந்தார்கள். கவிதைகள் இயற்றுவதிலும் புகழ்பெற்று விளங்கினார்கள். குதிரை சவாரியிலும், வாள் வீச்சிலும், ஈட்டி எறிவதிலும் பயிற்சி பெற்றவர்கள்.

'உஹது' போர் நடந்தபோது ஸபிய்யா அவர்கள் கையிலே ஈட்டியை ஏந்தியபடி போர்க்களம் புகுந்தார்கள். இந்தப் போரில் முஸ்லிம்கள் வெற்றிக்கனியைப் பறிக்க இருந்த வேளையில், அண்ணலார் இட்ட அன்புக்கட்டளை மீறப்பட்டது. இதனால் முஸ்லிம்களின் அணி சிதறுண்டு, வீரத்தில் பெயர்பெற்ற நபித்தோழர்கள்கூட களத்தைவிட்டு ஓடக்கூடிய நிலை நிலவியது.

அப்போது போர்க்களத்தில் இருந்து திரும்பி வந்து கொண்டிருப்பவர்களை ஸபிய்யா தடுத்து நிறுத்தினார்கள்.

அவர்களின் இதயங்களில் இஸ்லாத்தின் பற்றையும், இறைத்தூதர் மீதான அன்பையும் இதமாக எடுத்துரைத்து போர்முனைக்குத் திருப்பினார்கள். அப்படியே எதிரிகளை ஈட்டியால் தாக்கியவாறு போர்க்களத்தின் அருகே வந்து விட்டார்கள்.

இந்தப் போரில் அவர்களுடைய உடன்பிறந்த சகோதரர் ஹம்சா (ரலி) அவர்கள், கொடூரமான முறையில் கொல்லப்பட்டார்கள். அவர்களது உடலை ஸபிய்யா பார்த்துவிடக்கூடாது என்பதற்காகவே போர்க்களத்தில் இருந்து வெளியேறுமாறு அண்ணலார் ஆணை பிறப்பித்தார்கள். சகோதரரின் சிதைக்கப்பட்ட உடலைக் கண்டு பதைபதைத்தபோதிலும் பொறுமையுடன் அவருக்காக இறைவனிடம் பாவமன்னிப்பு கோரினார்கள்.

அகழ்யுத்தத்தின்போது ஸபிய்யா மேற்கொண்ட வீரமும், விவேகமும் மெச்சத்தக்கவை. அந்தப் போரில் உள்ளூர் எதிரிகளான பனூ குறைளா எனும் யூத கோத்திரத்தாரிடம் இருந்து பெண்களையும், குழந்தைகளையும் காப்பாற்ற அண்ணல் நபிகளார் நடவடிக்கை மேற்கொண்டார்கள். அவர்கள் அனைவரையும் ஹஸ்ஸான் என்பவருக்குச் சொந்தமான கோட்டைக்கு அழைத்துச் சென்று பாதுகாப்பாக இருக்க ஏற்பாடு செய்தார்கள். கோட்டை மிகவும் உறுதியானதுதான். இருந்தபோதிலும் அனைத்து வீரர்களும் நபிகளாருடன் போரில் ஈடுபட்டிருந்ததால், கோட்டையின் பாதுகாப்புக்கு எந்தப் படையும் இல்லை. கோட்டையின் உள்ளே முழுக்க முழுக்க பெண்களும், குழந்தைகளுமே இருந்தனர். தாக்குதல் தொடுத்தால் அதைச் சமாளிப்பதற்கு வீரர்கள் யாரும் இல்லை என்ற தகவல் யூதர்களுக்குத் தெரிந்தால் பெரும் ஆபத்து ஏற்படும். இந்தச் சூழ்நிலையில், ஒரு நாள் யூதன் ஒருவன் அந்தப் பக்கமாகச் சென்று கோட்டையின் நிலவரம் என்ன என்பதை ஒற்றுக்கேட்க முயன்றான். அவன் எதிரிகளால் அனுப்பப்பட்ட உளவாளி என்பதை ஸபிய்யா அவர்கள் எளிதாக உணர்ந்து கொண்டார்கள்.

உடனே கோட்டையின் சொந்தக்காரரான ஹஸ்ஸானிடம் சென்று, 'இங்கு இருக்கும் நிலைமையை இவன் எதிரிகளிடம் சென்று தெரிவித்துவிடுவான். எனவே, கீழே இறங்கி அவனைக் கொன்றுவிடுங்கள்' என்று கேட்டுக்கொண்டார். முதுமை காரணமாக ஹஸ்ஸான் இதை ஏற்றுக்கொள்ள மறுத்துவிட்டார்.

இதனால் கூடாரத்திற்கு அடிக்கப்பட்டிருந்த வலுவான முளையைப் பிடுங்கினார்கள். கோட்டை வாயிலைத் திறந்துகொண்டு ஸ்பிய்யா வெளியே வந்தார்கள். அந்த யூதனின் தலையில் பலமாக அடித்தார்கள். அதே இடத்தில் அவன் பிணமானான். அதன்பிறகு அவனது தலையைத் துண்டித்து, கோட்டையின் உச்சியில் இருந்து தொலைவில் வீசி எறிந்தார்கள்.

துண்டிக்கப்பட்ட தலையை எதிரிகள் கண்டபோது, கோட்டைக்கு உள்ளேயும் முஸ்லிம்கள் படை இருக்கிறது என்று கருதி கோட்டையைத் தாக்கும் திட்டத்தைக் கைவிட்டனர்.

அஞ்சா நெஞ்சம் கொண்ட வீரப்பெண்மணி ஸபிய்யா அவர்களின் துணிச்சலான இந்த நடவடிக்கையால், எதிரிகளால் ஏற்பட இருந்த பேராபத்து தடுக்கப்பட்டது. அவர்களது சமயோசித நடவடிக்கையை அனைவரும் பாராட்டி பரவசம் அடைந்தனர்.

14

உயர்வு தரும் உண்மை

நபிகளாரின் வழித்தோன்றலில் உதித்த இறைநேசச் செல்வர் ஷேக் அப்துல் காதிர் (ரஹ்) அவர்கள். அவர் ஜீலான் நகரில் வசித்து வந்ததால், அவருடைய பெயருடன் ஜீலானி என்றும் சேர்த்துச் சொல்லுவார்கள்.

அப்துல் காதிர் ஜீலானி சிறுவனாக இருந்தபோது, அவருடைய தந்தை காலமாகி விட்டார். இளம் வயதிலேயே படிப்பதிலும், எழுதுவதிலும் அளப்பரிய ஆர்வம் உடையவராக அப்துல் காதிர் திகழ்ந்தார்.

தொடக்கக்கல்வியை முடித்த பிறகு, அவருக்கு இஸ்லாமிய கலாசாரத்தின் இருப்பிடமாக விளங்கிய பாக்தாத் மாநகரம் சென்று உயர்தர மார்க்கக் கல்வியைக் கற்க வேண்டும் என்ற ஆசை பிறந்தது.

ஜீலானில் இருந்த பாக்தாத் நகரம் நானூறு மைல்களுக்கு அப்பால் இருந்தது. இந்தக் காலத்தில் இருப்பதைப் போல அன்று போக்குவரத்து வசதி இல்லை. நடந்தே செல்ல வேண்டும். அல்லது குதிரை - ஒட்டகத்தின் மீது பயணம் செய்ய வேண்டும்.

இதுகுறித்து அப்துல் காதிர் ஜீலானி, அருமை அன்னையாரிடம் எடுத்துரைத்தார். இதைக்கேட்டு அவருடைய தாயார் சற்று துடித்துவிட்டார். "என்

தந்தையை இழந்தேன், கணவரையும் இழந்தேன். இந்தத் தள்ளாத வயதில் நீயே எனக்கு ஆதரவாய் இருப்பாய் என்று எண்ணினேன். உன் பிரிவு என்னைப் பெரிதும் வாட்டும்" என்று கூறினார்.

இருந்தபோதிலும் தன் மகனின் இறைஞான வேட்கைக்கு எதிராகச் செயல்படக்கூடாது என்று எண்ணிய அவருடைய அன்னை, "நல்லது மகனே, உன் விருப்பம் போல் செய். உன் தந்தையார் இறந்தபோது 80 பொற்காசுகளை வைத்துச் சென்றார்கள். இதில் 40 பொற்காசுகளை உன் இளவல் அப்துல்லாஹ்வுக்காக வைத்துவிட்டு, எஞ்சியுள்ள 40 பொற்காசுகளை உனக்காக வைத்துள்ளேன். அதை உன் சட்டைப்பையில் பத்திரமாக வைத்து தைத்து தருகிறேன்" என்று கூறினார்கள்.

அதன்படியே சட்டையில் பொற்காசுகளை வைத்து தைத்தார்கள். வழியில் கொள்ளையர்களிடம் பொற்காசுகள் பறிபோகாமல் இருப்பதற்காகத் தாயார் செய்த ஏற்பாடு, இது.

பாக்தாத் நகருக்கு ஒட்டகத்தில் செல்லும் வணிகக் கூட்டத்தாருடன் அப்துல் காதிர் ஜீலானி செல்வதற்கு ஏற்பாடு செய்யப்பட்டது.

வழியனுப்பிய அன்னை, "மகனே... எத்தகைய துன்பம் வந்தாலும் சரி, ஏன் உயிருக்கே ஆபத்து ஏற்பட்டாலும்சரி... உண்மையையே உரைக்க வேண்டும்" என்று அறிவுரை சொல்லி அனுப்பி வைத்தார்.

கானகத்தின் நடுவே வணிகக்குழு சென்று கொண்டிருந்தது. ஹமதான் நகரைக் கடந்து சில மைல்கல் தொலைவில் கொள்ளையர்கள் அவர்களை வழி மறித்தனர். அவர்களிடம் இருந்த பொருட்களைக் கொள்ளையடித்தனர்.

அப்போது திருடன் ஒருவன், அப்துல் காதிர் ஜீலானியிடம் வந்தான். "உன்னிடம் என்ன உள்ளது?" என்று கேட்டான்.

"என்னிடம் 40 பொற்காசுகள் உள்ளன" என்று ஒரு கணமும் தாமதிக்காமல் மறுமொழி பகர்ந்தார்.

அவர் அணிந்திருந்த எளிமையான கோலத்தைப் பார்த்த திருடனுக்கு அதில் நம்பிக்கை ஏற்படவில்லை. கொள்ளைக்கூட்டத் தலைவனிடம் அவரை அழைத்துச் சென்றனர். அவன் கேட்டபோதும், அதே பதிலையே அளித்தார்.

"எங்கே அவை?" என்று அடுத்த கேள்வி அவனது வாயில் இருந்து வந்தது.

தனது சட்டையின் விலாப்புறத்தில் தைக்கப் பட்டிருந்த 40 பொற்காசுகளை அப்துல் காதிர் ஜீலானி எடுத்து, கொள்ளைக்கூட்டத் தலைவனிடம் கொடுத்தார்.

"திருட்டுப் போய்விடுமே என்பதற்காக பயந்து இவ்வளவு பத்திரமாகப் பொற்காசுகளை மறைத்து வைத்திருக்கிறாய். நாங்கள் கேட்டதும், இதை மறைக்காது உள்ளதை உள்ளவாறு உரைத்த காரணம் என்ன?"என்று கொள்ளைக்கூட்டத் தலைவன் கேட்டான்.

அதற்கு அப்துல் காதிர் ஜீலானி, "எத்தகைய ஆபத்து ஏற்பட்டாலும், பொய் சொல்லக்கூடாது என்பது என் அன்னையின் ஆணை. அதைக் காப்பது என் கடமை அல்லவா?" என்று பதில் அளித்தார்.

இது கொள்ளைக் கூட்டத்தலைவனை ஒரு உலுக்கு உலுக்கியது.

'இந்த இளைஞர், தாயின் கட்டளையை மீற மனம் இல்லாமல் உண்மையைக் கூறுகிறார். ஆனால் இறைவனும், அவனது திருத்தூதரும் புகன்ற அறிவுரைக்கு மாறு செய்து கொள்ளையடித்து உயிர் வாழ்ந்து வரும் பாவி நான்' என்று கூறி வருந்தினான். மனம் திருந்தினான். கொள்ளையடித்த பொருட்களைத் திருப்பி வழங்கினான். கொள்ளையர்கள் அனைவரும் அவனோடு நல்வழிக்கு திரும்பினார்கள்.

15
கடலில் வீசிய வெள்ளிக்காசுகள்

இஸ்லாமிய நெறிமுறையில் இறைவனின் அருள் வேதமாகிய திருக்குர்ஆனுக்கு அடுத்த இடத்தில் பெருமானார் (ஸல்) அவர்களின் பொன்னுரைத் தொகுப்புகளாகிய 'ஹதீஸ்'கள் மதிக்கப்படுகின்றன. 'ஹதீஸ்' தொகுப்புகளில் 6 நூல்கள் பிரபலமாக உள்ளன. அவற்றில் கிரீடமாக 'ஸஹீஹுல் புகாரி' என்னும் தொகுப்பு அமைந்துள்ளது.

நபிமொழிகளைத் திரட்டி தொகுப்பாக வெளியிட்டு, வரலாற்றில் நீங்காத இடம் பெற்ற உலகப் புகழ்பெற்ற இஸ்லாமிய அறிஞர் இமாம் புகாரி அவர்கள் ஆவார்.

ஒருநாள் இமாம் புகாரி அவர்கள் கப்பலில் பயணம் செய்தார்கள். அப்போது அருகே இருந்த ஒரு பயணியிடம் பேசிக்கொண்டு வந்தார்கள். அவர்கள் கூறிய அறிவுரைகளையும், திருக்குர்ஆன் வசனங்களையும், நபிமொழிகளையும் அவன் ஆர்வத்துடன் கேட்டான். 2 நாட்களில் இமாம் புகாரி அவர்களுடன் அவன் நெருக்கமான தொடர்பை ஏற்படுத்திக்கொண்டான்.

வெள்ளை உள்ளம் கொண்ட இமாம் புகாரி அவர்களுக்கு, அவன் மோசடி பேர்வழி என்பது தெரியாது. பேச்சுவாக்கில் தன்னிடம் 3 ஆயிரம் வெள்ளிக்காசுகள் இருப்பதாகவும், அதை சிவப்பு நிற சுருக்குப்பையில் வைத்து இருப்பதாகவும் சொல்லிவிட்டார்கள். அந்தத் தீயவனின் உள்ளத்தில் வெள்ளிக்காசுகள் வலம் வந்தன. எப்படியாவது அதைப் பறிக்க வேண்டும் என்று அவன் திட்டமிட்டான்.

திடீரென்று அவன், "அய்யய்யோ, மோசம் போய்விட்டேன். 3 ஆயிரம் வெள்ளிக்காசுகளை நான் ஒரு பையில் போட்டு வைத்திருந்தேன். அது காணாமல் போய்விட்டதே!" என்று அழுதான், அரற்றினான்.

அதற்குள் கப்பலின் தலைவர் அங்கு வந்து சேர்ந்தார். "கப்பலுக்குள் பணம் திருட்டு போய் இருக்கிறது என்றால், அது எங்கும் போய்விடாது. அனைத்துப் பயணிகளின் உடமைகளையும் சோதனை செய்தால் போதும். காணாமல் போன வெள்ளிக்காசுகள் கிடைத்துவிடும். திருடனும் அகப்பட்டு விடுவான்" என்றார்அவர்.

கப்பல் தலைவரின் தலைமையில் சோதனை தொடங்கியது. பயணிகள், ஊழியர்கள் என அனைவரும் சோதனைக்கு உள்ளானார்கள். எல்லோரது உடைமைகளையும் பிரித்துப் பார்த்தார்கள். சிவப்பு நிறச் சுருக்குப்பை கிடைக்கவே இல்லை. தேடித்தேடி களைத்துப் போனார்கள்.

இறுதியில் அனைவரின் பார்வையும், பணம் திருடு போனதாகக் கூறிய அந்த மனிதனின் பக்கம் திரும்பியது. துருவித்துருவி கேட்டதில் அவன் பொய் சொல்லி இருக்கிறான் என்பது தெளிவானது. இதுவரை அவன் மீது அனுதாபப்பட்டவர்கள், இப்போது அவன் மீது கோபப்பட்டனர்.

கப்பல் துறைமுகத்தை அடைந்தது. பயணிகள் ஒவ்வொருவராக தத்தமது மூட்டை முடிச்சுகளுடன் இறங்கினார்கள்.

அப்போது அந்த மோசடிக்காரன், இமாம் புகாரி அவர்களிடம், "மூவாயிரம் வெள்ளிக்காசுகள் வைத்திருப்பதாக ஏன் பொய் சொன்னீர்கள்?" என்று கேட்டான்.

"நான் பொய் சொல்லவில்லையே" என்று இமாம் புகாரி பதில் அளித்தார்கள்.

"அப்படியானால் அந்தச் சிவப்பு நிற சுருக்குப்பை எங்கே போனது?" என்றான் அவன்.

"நீ மூவாயிரம் வெள்ளிக்காசுகள் திருட்டுப் போய்விட்டதாக நாடகத்தை அரங்கேற்றியதும், என் பணத்தைப் பறிக்க நீ திட்டமிட்டு இருக்கிறாய் என்பது எனக்குத் தெரிந்துவிட்டது. அந்தப் பை என்னிடம் இருந்து மீட்கப்பட்டிருந்தால், அதை நான்தான் திருடினேன் என்று அனைவரும் நம்பிவிடுவார்கள். அந்த வெள்ளிக்காசுகள் என்னுடையது என்பதைப் பிற்பாடு என்னால் நிரூபிக்க முடியும். என்றாலும் என் மீது முதலில் சுமத்திய திருட்டுப் பட்டம் என்னோடு ஒட்டிவிடும். இவ்வளவு நாள் நான் சேர்த்து வைத்திருந்த நாணயம், நம்பிக்கை போய்விடும். அதனால் அந்தச் சுருக்குப்பையைக் கடலில் வீசி எறிந்துவிட்டேன்" என்று இமாம் புகாரி அவர்கள் பதில் அளித்தார்கள்.

16

அருள் மழையில் நனையாத அறிவுமழை

'இறை ஞானச்சுடர்' என்று போற்றப்படுபவர் சதக்கத்துல்லாஹ் அப்பா அவர்கள். இவர், தூத்துக்குடி மாவட்டம் காயல்பட்டினத்தில் ஷெய்கு சுலைமான் அவர்களின் மகனாக (ஹிஜ்ரி 1042-ம் ஆண்டு) பிறந்தார்கள்.

தந்தையிடமே அரபியில் ஆரம்பக் கல்வி கற்றுத் தேறிய சதக்கத்துல்லாஹ், 7- வயதிலேயே திருக்குர்ஆனை ஓதி முடித்து மனனம் செய்துவிட்டார்கள். தமிழ் மண்ணில் பிறந்து- அரபி மொழியில் அற்புத ஞானம் வாய்க்கப் பெற்ற அவர்கள், நபிகள் நாயகம் (ஸல்) அவர்கள் மீது புகழ் பாக்களைப் பாடினார்கள்.

இமாம் சதக்கத்துல்லாஹ், மக்கா மாநகரில் இருந்தபோது- அங்குள்ள அரபி பாடசாலையில் மாணவர்களுக்கு ஷைகுல் இஸ்லாம் என்ற பெரியவர் பாடம் நடத்தினார். அந்த நூலில் ஒரு சொல் பிழையாக- அதாவது, ஓரெழுத்து தவறாக இருந்தது. இதனால், வெகுநேரம் கூர்ந்து கவனித்தபோதும் அந்தப் பெரியவரால் அதன் பொருளைப் புரிந்துகொள்ள முடியவில்லை. அதற்குள்

தொழுகைக்குரிய நேரம் வந்துவிட்டது. அனைவரும் எழுந்து தொழுகைக்குச் சென்றுவிட்டனர்.

இதை ஒரு மூலையில் இருந்து கவனித்துக்கொண்டிருந்த சதக்கத்துல்லாஹ், அந்தப் புத்தகத்தைப் பார்வையிட்டார்கள். அதில் இருந்த பிழை, புலமைவாய்ந்த அவர்களுக்கு எளிதில் புலப்பட்டது. உடனே அந்தப் புத்தகத்தை எடுத்து, அதில் தவறாக இருந்த எழுத்தைத் திருத்திவிட்டு, சதக்கத்துல்லாஹ்வும் மற்றவர்களுடன் தொழுகையில் கலந்துகொண்டார்கள்.

தொழுது முடிந்தபின் சதக்கத்துல்லாஹ், பழைய இடத்தில் சென்று அமர்ந்துகொண்டார்கள். தொழுதுவிட்டு திரும்பிய ஷைகுல் இஸ்லாம், தான் மூடிவைத்துச் சென்ற புத்தகத்தைத் திறந்து பார்த்தபோது– அதிலுள்ள வாசகம் பொருளும், கருத்தும் பொருந்தும்படி திருத்தி அமைக்கப்பட்டிருந்தது.

ஆச்சரியம் அடைந்த அவர், இவ்வளவு அழகிய கருத்துடன் இதைத் திருத்திய அந்த அறிஞர் யாராக இருக்கக்கூடும் என்று விசாரித்தார். சதக்கத்துல்லாஹ், ஒரு மூலையில் அமர்ந்து அங்கு நடப்பதை உற்று கவனித்துக் கொண்டிருந்தார்கள்.

"தாங்கள்தானா இதைத் திருத்தியவர்?" என்று ஷைகுல் இஸ்லாம் வினவ– "ஆமாம்" என்று சதக்கத்துல்லாஹ் தலையை அசைத்தார்கள். அவர்களது அறிவுத்திறமையை அரபிகள் பாராட்டினார்கள்.

அப்போது சதக்கத்துல்லாஹ் அவர்கள், "நான் இந்தியாவைச் சேர்ந்தவன். என் பெயர் சதக்காஹ்" என்று பணிவோடு பதில் அளித்தார்கள். ஆரம்பத்தில் அவர்களின் பெற்றோர் இட்ட பெயர் சதக்காஹ் என்பதாகும். 'சதக்காஹ்' என்றால் 'கொடை' என்று பொருள்.

"அடடா! தங்களின் பெயர் சதக்காஹ்வா? பெயர் பொருத்தமாகத்தான் உள்ளது. தங்களை இறைவன்

இந்த நேரத்தில் எங்களுக்கொரு சதக்காஹ்வாக (அருட்கொடையாக) அனுப்பி வைத்துள்ளான்" என்று கூறி, சதக்கத்துல்லாஹ் (அல்லாஹ்வின் அருட்கொடை) என்று அவர்களை ஷைகுல் இஸ்லாம் அழைத்தார். அன்று முதல் இப்பெயரே அவர்களுக்குப் பிரபலமாகிவிட்டது.

ஒருமுறை சதக்கத்துல்லாஹ் அவர்கள் மக்கா வீதியில் நடந்து சென்றுகொண்டிருந்தார்கள். திடீரென்று மழை பெய்யத் தொடங்கியது. கடுமையான வறட்சிப் பகுதியான மக்கா மாநகரில் எப்போதாவதுதான் மழை பெய்யும். அப்போது மக்கள் அடையும் மகிழ்ச்சிக்கு அளவே இருக்காது. மழையில் அவர்கள் குளிப்பார்கள்.

ஆனால், தமிழ்நாட்டைச் சேர்ந்த சதக்கத்துல்லாஹ் அவர்கள், மழையில் நனையக் கூடாது என்பதற்காக ஓடினார்கள். இதைப் பார்த்த அரபி ஒருவர், "இறைவனின் அருளாகிய மழை பெய்யும்போது நீர் ஏன் பயந்து ஓடுகிறீர்?" என்று கேட்டார்.

உடனே சட்டென்று சதக்கத்துல்லாஹ் அவர்கள் சொன்ன பதில் இதுதான்: "இறை அருளில் இந்தப் பாவியின் பாதம் பட்டுவிடக் கூடாது என்பதற்காகவே ஓடிக்கொண்டிருக்கிறேன்".

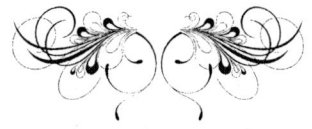

17
கழுமரத்தில் ஏற்றியபோதும்

மக்கா மாநகர் குரைஷிகளின் தொல்லைகளைத் தாங்கமுடியாமல், அண்ணல் நபி அவர்கள் தோழர்களுடன் மதீனா மாநகரில் தஞ்சம் அடைந்தார்கள். அவர்களுக்கு அடைக்கலம் கொடுத்து ஆதரவு அளித்தவர்களில் குபைப் (ரலி) அவர்களும் ஒருவர்.

மதீனாவில் நபிகளார் எப்போது குடியேறினார்களோ, அன்று முதல் அவர்களைச் சந்திப்பதை வழக்கமாக வைத்திருந்தார்கள். இஸ்லாத்தில் தன்னை இணைத்துக் கொண்ட குபைப், உன்னத குணங்களின் உறைவிடமாகத் திகழ்ந்தார்கள்.

குரைஷிகளுக்கும், முஸ்லிம்களுக்கும் நடைபெற்ற 'பத்ர்' போரில், குபைப் எதிரிகளுடன் நேருக்கு நேர் நின்று போர் புரிந்தார்கள். இந்தப் போரில் வெற்றி வாகை சூடிய முஸ்லிம்கள் மகிழ்வுடன் திரும்பிக் கொண்டிருந்தனர்.

வரும் வழியில் கொடியவன் ஹாரிஸ் என்பவனுக்கும், குபைப் அவர்களுக்கும் இடையே வாக்குவாதம்,

மோதல் ஏற்பட்டது. இந்த மோதலில் ஹாரிஸ் உயிர் இழந்தான். ஹாரிசைக் கொன்றவர் குபைப் என்பதை அறிந்த அவருடைய உறவினர்கள், 'என்றாவது ஒருநாள் குபைபைக் கொன்றே தீருவோம்' என்று சத்தமிட்டு சபதம் செய்தனர்.

இந்த நிலையில், 'பத்ர்' போருக்குப் பிறகு குரைஷிகள் எந்த நிலையில் உள்ளனர் என்பதை அறியும் ஆவலில் ஆஸிம் அவர்கள் தலைமையில் 10 பேர் மக்கா மாநகர் சென்றனர். இந்தக் குழுவில் குபைப் அவர்களும் இடம் பெற்றிருந்தார்கள். இவர்களின் வருகையை அறிந்த குரைஷிகள், அம்பு எய்வதில் திறமை மிக்க 100 பேர்களைத் திரட்டிக்கொண்டு நபித்தோழர்களை விரட்டிச் சென்றனர். இதைக்கண்ட நபித்தோழர்கள் அருகில் உள்ள மலைக்குன்றின் மீது ஏறினார்கள். அவர்களைச் சரண் அடையுமாறு குரைஷிகள் கூறினார்கள். இதற்குப் பணிய மறுத்ததால், ஆத்திரம் கொண்ட இறை மறுப்பாளர்கள், அம்புகள் எய்து ஆஸிம் உள்பட 7 பேர்களைக் கொன்றனர்.

எஞ்சி இருந்த குபைப் அவர்களும், மேலும் இரு தோழர்களும் மலை உச்சியில் பதுங்கிக் கொண்டனர். 'நீங்கள் கீழே இறங்கி வந்தால் உங்களுக்குப் பாதுகாப்பு வழங்குவோம்' என்று ஆசை வார்த்தை கூறி அழைத்தனர். இதை நம்பி இறங்கி வந்த மூவரையும், வாக்குறுதிகளுக்கு மாறாகக் கயிற்றால் கட்டினார்கள். இவர்களில் அப்துல்லாஹ் என்பவர் கட்டுகளை அறுத்தெறிந்துவிட்டு தப்பி ஓடினார். துரத்தி வந்த எதிரிகளுடன் சண்டையிட்டு அவர் மரணம் அடைந்தார்.

இறுதியில் எஞ்சிய குபைப் அவர்களையும், ஸெய்து அவர்களையும் மக்கா மாநகர் அடிமைச்சந்தையில் ஏலம் போட்டனர். ஸெய்து அவர்களை ஸப்வான் என்பவர் விலை கொடுத்து வாங்கி தந்தையின் உயிருக்குப் பழி வாங்கும் வகையில் கொன்றார்.

குபைப் அவர்களை விலைக்கு வாங்கிய ஹாரிஸ் குடும்பத்தார் சித்ரவதை செய்தனர். அவர்களை இழுத்துச்சென்று கழுமரத்தில் வைத்து கை, கால், தலை மற்றும் இதர உறுப்புகளைக் கயிற்றால் கட்டினார்கள். அடுக்கடுக்கான அம்புகள் சீறிப் பாய்ந்தன.

அப்போது குரைஷிகளில் ஒருவன், 'குபைபே, இந்தக் கழுமரத்தில் முஹம்மது ஏற்றப்படுவதை நான் விரும்புகிறேன் என்று சொல்; அடுத்த விநாடியே உன்னை இறக்கி விடுகிறோம்' என்றான்.

இதைக்கேட்டதும் பெரிதும் உணர்ச்சி வசப்பட்ட நிலையில், 'என் மனைவி- மக்களுடன் வாழ முடியாவிட்டாலும், உலக இன்பத்தில் திளைக்க முடியாவிட்டாலும் பரவாயில்லை. என் குடும்பமே அடியோடு அழிந்தாலும் கவலையில்லை. ஆனால், பெருமானார் (ஸல்) அவர்களின் திருப்பாதங்களில் சிறு முள் தைக்கப்படுவதைக்கூட நான் அனுமதிக்க மாட்டேன்' என்று முழங்கினார்கள். இதைத்தொடர்ந்து அம்புகள் குபைப் அவர்களின் உடலைச் சல்லடையாகத் துளைத்தன. அவரது ஆவி பிரிந்தது.

18

வேலைக்காரிக்கு விசிறிய கலீபா

இஸ்லாமியப் பேரரசின் 'கலீபா'க்களாக பலர் இருந்தனர். அவர்கள் உயர் பதவியில் இருந்தாலும், உயரிய பண்புடன் வாழ்ந்து வந்தனர். அத்தகைய கலீபாக்களில் உமர் பின் அப்துல் அஜிஸ் (ரஹ்) அவர்களும் ஒருவர். இவர் 'இரண்டாம் உமர்' என்று அழைக்கப்பட்டார்.

இஸ்லாமிய நெறிமுறைகளுக்கு ஏற்ப இவரது ஆட்சி, பீடு நடைபோட்டது. 'கொள்பவர் இல்லையாதலால் கொடையும் இல்லை' என்பதற்கேற்ப, இரண்டாம் உமர் அவர்களின் ஆட்சியில் பிச்சைக்காரர்களே இல்லை என்ற நிலை நிலவியது. நீதி தவறாத நெறிமுறைகளைக் கடைப்பிடித்ததால், இவர்களது ஆட்சிக்காலம் பொற்காலமாகத் திகழ்ந்தது.

ஒரு நாள் இரவு அவர்கள் உறங்கிக் கொண்டிருந்தார்கள். அது கோடை வெயில் கொளுத்தும் காலம். அவர்களுக்கு வேலைக்காரி விசிறியால் விசிறிக்கொண்டிருந்தாள். அப்போது அந்த வேலைக்காரிக்குத் தன்னை அறியாமல் தூக்கம் வந்தது. அயர்ந்து தூங்கிவிட்டாள்.

திடீரென்று உறக்கத்தில் இருந்து விழித்த கலீபா அவர்கள், வேலைக்காரி தூங்குவதைக் கண்டார்கள். அவள் கையில் இருந்த விசிறியை எடுத்து, அவளுக்கு விசிறத் தொடங்கினார்கள்.

திடீரென்று காற்று தன் மீது பட்டதும் அந்த வேலைக்காரப் பெண் திடுக்கிட்டு விழித்தாள். கலீபா தனக்கு விசிறிக் கொண்டிருப்பதைக் கண்டு அஞ்சினாள்.

அதற்கு இரண்டாம் உமர் அவர்கள், "ஏன் பதறுகிறாய்? நீயும் என்னைப் போல ஒரு மனித இனம்தானே? எனக்கு வியர்த்தபோது நீ விசிறினாய். உனக்கு வியர்க்கிறபோது நான் விசுறுகிறேன். இதில் என்ன தவறு?" என்றார்கள். இதைக்கேட்டதும் வேலைக்காரியின் அச்சம் அகன்றது.

ஒரு நாள் அரசு கருவூலத்திற்கு வந்திருந்த ஆப்பிள் பழங்களை ஏழைகளுக்கு கலீபா அவர்கள் பங்கிட்டு கொடுத்துக் கொண்டிருந்தார்கள். அப்போது அவர்களுடைய சின்னக் குழந்தை அங்கே சென்று ஒரு பழத்தை எடுத்துக்கொண்டது. அவர்கள் அந்தக் குழந்தையின் கையில் இருந்து அதைப் பிடுங்கி, பழக் குவியலில் போட்டார்கள். அந்தப் பிஞ்சுக்குழந்தை அழுது கொண்டே வீட்டிற்குள் சென்றது. தாயார், குழந்தையின் கண்ணீரைத் துடைத்துவிட்டு, கடைத்தெருவுக்குச் சென்று ஆப்பிள் பழம் வாங்கிக் கொடுத்தார்.

கலீபா வீட்டுக்குள் சென்றபோது, குழந்தை ஆப்பிள் பழத்தைக் கடித்து தின்று கொண்டிருப்பதைக் கண்டார்கள். 'அரசாங்க ஆப்பிள் பழம் எதுவும் வீட்டிற்குள் வரவில்லையே?' என்று மனைவியைப் பார்த்துக் கேட்டார்கள். கடைக்குச் சென்று குழந்தைக்கு ஆப்பிள் பழம் வாங்கிக் கொடுத்ததாக மனைவி தெரிவித்தார்.

'நான் என்ன செய்வேன், ஆப்பிள் பழங்கள் அரசாங்கத்துக்குரியது. ஒரு ஆப்பிள் பழத்திற்காக இறைவன் முன்னிலையில் என்னை வீணாக்கிக்கொள்ள

நான் விரும்பவில்லை' என்று இரண்டாம் உமர் அவர்கள் பதில் அளித்தார்கள்.

ஒரு முறை கலீபா அவர்கள், பணியாளர்களிடம் ஒரு பலகையைத் தயார் செய்யும்படி பணித்தார்கள். அவ்வாறே பலகை தயாரானது. அது கலீபா அவர்களுக்கு மிகவும் பிடித்திருந்தது. "இதை எவ்வாறு செய்தீர்கள்?" என்று வேலைக்காரரிடம் வினவினார்கள்.

அரசாங்க அலுவலகத்தில் வீணாகக் கிடந்த மரத்தில் இருந்து அதைத் தயார் செய்ததாக அவர் தெரிவித்தார். உடனே அதன் விலையைக் கடைத்தெருவில் விசாரித்து, அதை அரசு கருவூலத்தில் சேர்க்கும்படி கலீபா உத்தர விட்டார்கள்.

19. நபிகளாரின் கொள்கை உறுதி

நபிகள் நாயகம் (ஸல்) அவர்கள், மக்கா நகரில் இஸ்லாமிய அழைப்புப் பணியை இடையறாது ஆற்றி வந்தார்கள். மக்கள் கூடும் இடங்களிலும், திருவிழா- சந்தை நடைபெறும் இடங்களிலும் இறைச்சிந்தையை மக்கள் மனதில் ஏற்றி வைத்தார்கள். நடந்து சென்றவர்களையும், அவர்களைக் கடந்து சென்றவர்களையும் நபிகளாரின் பிரசாரம் ஈர்த்தது. இதனால் குலப்பெருமை குலைந்துவிடும் என்று குரைஷிகள் கோபம்கொண்டனர்.

சிறுவர்களை ஏவிவிட்டு, பெருமானார் தலையில் குப்பைகளைக் கொட்டினர். சிலர், வார்த்தைகளால் தேளாகக் கொட்டினார்கள். இருந்தபோதிலும் நபிகளாரின் பிரசாரத்தை அவர்களால் தடுக்க முடியவில்லை. நிராகரிப்பாளர்களின் ஆசை நிராசையானது. இதனால் குரைஷிகள் குறுக்கு வழியைத் தேடினார்கள்.

அம்மார் பின் வலீத் என்ற அழகிய வாலிபரை அழைத்துக்கொண்டு, நபிகளாரின் பெரிய தந்தை

அபூதாலிபிடம் வந்தனர் குரைஷிகள். 'உங்கள் புதல்வன் முஹம்மதுவுக்குப் பதிலாக இந்த இளைஞனை ஏற்றுக்கொள்ளுங்கள். அபூதாலியே, முஹம்மதை எங்களிடம் ஒப்படையுங்கள். அவரை நாங்கள் ஒழித்துக்கட்டுகிறோம்' என்று குரைஷிகள் இரக்கமற்ற அரக்க மொழி பகர்ந்தனர்.

இதைக்கேட்டதும் அபூதாலிபின் உதடுகள் ஆத்திரத்தால் துடித்தன. 'சிங்கத்துக்கு எதிராக சிறுநரியா? என் உயிருக்கு உயிரான மகனை உங்களிடம் ஒருக்காலும் ஒப்படைக்க முடியாது' என்று இடியென முழங்கினார் அபூதாலிப். வந்த வழியே குரைஷிகள் திரும்பிச் சென்றனர்.

சில நாட்கள் கழிந்தன. மீண்டும் அவர்கள் அபூதாலிபைச் சந்தித்தனர். 'உங்கள் தம்பி மகன் முஹம்மது நமது பழக்க வழக்கங்களையும், தெய்வங்களையும் இழிவுபடுத்தி வருகிறார். அவருக்கு பொன், பொருள் தருகிறோம். பெண் வேண்டுமானாலும் கூறுங்கள், பேரழகியை மணமுடித்து வைக்கிறோம். மண் வேண்டுமானாலும் கேளுங்கள், இந்த நாட்டின் பேரரசராக அவரை ஏற்றுக்கொள்கிறோம். ஆனால், அவர் தனது பிரசாரத்தை உடனடியாக நிறுத்த வேண்டும். இல்லாவிட்டால் ரத்தக்களரியைச் சந்திக்க நேரிடும்' என்று குரைஷிகள் சத்தியமிட்டுச் சென்றனர்.

இதைக்கேட்டு கவலைகொண்ட அபூதாலிப்– நபிகளாரை அழைத்து, 'என் அன்பு மகனே, உம்மைக் கொல்லவும் குரைஷிகள் துணிந்துவிட்டனர். ஆகவே உம்மையும், உம்மைச் சேர்ந்த எங்களையும் காப்பாற்ற நினைத்தால், இறை அழைப்பு பணியை இப்போதே கைவிடுவீராக' என்று கேட்டுக்கொண்டார்.

இதைக்கேட்டதும், 'என்னருமை பெரிய தந்தையே, இறைவன் மீது ஆணையாகக் கூறுகிறேன். அவர்கள் சூரியனை எனது வலது கரத்திலும், சந்திரனை இடது கரத்திலும் கொண்டுவந்து வைத்தாலும், கொள்கையை

நான் விட்டுவிடமாட்டேன். சத்தியத்தைத் தொடர்ந்து எடுத்துரைப்பேன். இறைவன் எனக்கு வெற்றியை நல்கும் வரை எனது பிரசாரம் தொடர்ந்து நடைபெறும்' என்று நபிகளார் நவின்றார்கள்.

அண்ணலாரின் உறுதியான உள்ளம் கண்டு, 'எதிர்ப்பை என்றும் எதிர்ப்பேன், உமக்கே உயிருள்ளவரை துணையாய் இருப்பேன்' என்று அபூதாலிப் உணர்ச்சி மேலிடக் கூறினார்கள். உறுதியுடன் இறுதிவரை நபிகளாருக்கு உறுதுணையாய் நின்றார்கள்.

20. அறிவுரைக்கும் அவகாசம்!

இஸ்லாமியச் சட்டங்களை இணையற்ற முறையில் தொகுத்து வழங்கிய மாமேதை– நபிமொழியில் (ஹதீஸ்) சிறப்பான தேர்ச்சி பெற்ற அறிஞர் இமாம் ஷாபியீ (ரஹ்) அவர்கள்.

இன்று உலகில் பெரும்பான்மை முஸ்லிம்களால் பின்பற்றப்படும் சட்டப்பிரிவை (மத்ஹபு) உருவாக்கித் தந்தவரான இவருடைய இயற்பெயர் முஹம்மது. ஆனால், பாட்டனாரின் பாட்டனார் பெயரான ஷாபியீ என்பதே உலகம் போற்றும் பெயராக இவருக்கு நிலைத்துவிட்டது.

பிறப்பதற்கு முன்பே தந்தையை இழந்த இமாம் ஷாபியீ, இளம் வயதிலேயே மார்க்கக் கல்வி பயிலுவதில் அளப்பரிய ஆர்வம் கொண்டார்கள். வறுமையில் வாடியபோதும், கல்வி நிலையங்களை நாடிச்சென்று படித்து வந்தார்கள்.

மதீனா மாநகரில் ஏராளமான மார்க்கக் கல்வி நிலையங்கள் இருந்தன. உலகின் பல்வேறு பகுதிகளில்

இருந்தும் பலர் அங்கு சென்று பயின்றனர். 'மஸ்ஜிதுன் நபவி'யிலும் பிரசித்தி பெற்ற கல்விக்கூடம் இருந்தது. அதன் தலைமை ஆசிரியராக இருந்தவர் இமாம் மாலிக் அவர்கள். இவர் நபிமொழிகளைக் கற்றுத் தேர்ந்த அறிஞர்.

இங்கு கல்வி கற்பதற்காகத் தன் ஆசானிடம் ஒரு சிபாரிசு கடிதத்தைப் பெற்றுக்கொண்டு இமாம் ஷாபியீ அவர்கள், மதீனா மாநகர் சென்றார்கள். இமாம் மாலிக் வீட்டை அடைந்து, பரிந்துரைக் கடிதத்தைப் பணிவோடு அளித்தார்கள். அதை வாங்கிப் படித்த இமாம் மாலிக், ஆத்திரத்தோடு அந்தக் கடிதத்தைக் கிழித்தெறிந்தார்கள். 'நபி பெருமானார் வாய்மொழியாக வந்த புனிதப் பாடங்களைச் சிபாரிசு மூலம் படிக்கும் அளவுக்கு காலம் கெட்டுவிட்டதா?' என்று கூறினார்கள்.

'எப்படியேனும் படிக்க வேண்டும் என்று பல ஆண்டுகளாக ஏங்குபவன் நான். அதனால்தான் சிபாரிசு கடிதம் வாங்கி வந்தேன். பிழை செய்திருப்பின் மன்னிக்க வேண்டும்' என்று ஷாபியீ இமாம் கேட்டுக்கொண்டார்கள். இதன்பின் அவர்களைத் தம் மாணவராக இமாம் மாலிக் ஏற்றுக்கொண்டார்கள்.

ஒரு நாள் நூற்றுக்கணக்கான மாணவர்களுக்கு இமாம் மாலிக், நபிமொழிகளைக் கற்றுக் கொடுத்தார்கள். அதை எல்லா மாணவர்களும் குறிப்பேட்டில் குறித்துக் கொண்டனர். ஆனால், இமாம் ஷாபியீ அவர்கள் கீழே கிடந்த ஒரு குச்சியை எடுத்து, தன் உமிழ்நீரில் தொட்டு– உள்ளங்கையில் எழுதிக்கொண்டு இருந்தார்கள். இதை இமாம் மாலிக் கவனித்துவிட்டார்கள். வகுப்பு முடிந்ததும் அனைத்து மாணவர்களும் புறப்பட்டுச் சென்றுவிட்டனர்.

இமாம் மாலிக் அவர்கள், "நான் நபி மொழிகளைச் சொல்லிக் கொண்டிருந்தபோது, நீ வாயில் குச்சியை வைத்துக்கொண்டும், உள்ளங்கையில் கிறுக்கிக் கொண்டும்

இருந்தாயே, ஏன் அப்படி செய்தாய்? என்னை அவமானப்படுத்தவா?" என்று கேட்டார்கள்.

அதற்கு இமாம் ஷாபியீ அவர்கள், "தங்களையோ, நபிமொழிகளையோ அவமதிக்கும் எண்ணம் எனக்கில்லை. என்னிடம் குறிப்பேடு இல்லாததால், நீங்கள் சொன்ன நபிமொழிகளை உமிழ்நீரைக் கொண்டு குச்சியில் தொட்டு, உள்ளங்கையில் எழுதிக் கொண்டிருந்தேன். இப்போது எல்லாமே எனக்கு மனப்பாடம் ஆகிவிட்டது" என்று பதில் அளித்தார்கள்.

உடனேயே அன்று கற்றுத்தரப்பட்ட எல்லா நபி மொழிகளையும் இமாம் ஷாபியீ ஒப்புவித்தார்கள். இதைக்கேட்டு இமாம் மாலிக் பெருமகிழ்ச்சி அடைந்து, "வருங்காலத்தில் நீ மிகச்சிறந்த மார்க்க அறிஞனாய் வருவாய்" என்று வாழ்த்தினார்கள்.

விருந்தோம்பலில் இமாம் ஷாபியீ அவர்கள் விசேஷ கவனம் செலுத்தி வந்தார்கள். விருந்தில் இனிப்பு பலகாரங்கள் அதிக அளவில் இடம்பெறும். உயர்ந்த 'ஹல்வா' தயாரிப்பதற்கு என்றே தனியாக ஒரு பணியாளர் இருந்தார்.

ஒரு தடவை பெண்மணி ஒருவர், தன்னுடைய மகனை அழைத்துக்கொண்டு, ஷாபியீ இமாம் அவர்களைச் சந்தித்து– "இவன் அதிகமாக இனிப்புப் பண்டங்களைத் தின்கிறான். நான் சொல்லும் புத்திமதிகள் இவன் காதில் ஏறவில்லை. நீங்கள்தான் அறிவுரை சொல்லி, அவனைத் திருத்த வேண்டும்" என்று வேண்டிக்கொண்டார்.

அடுத்தவாரம் அவனை அழைத்துவரும்படி அந்தப் பெண்மணியை அனுப்பி வைத்தார்கள். மறுவாரம் சொன்னபடி அந்தப் பெண், தன் மகனை அழைத்து வந்தார். இனிப்பு சாப்பிடுவதால் ஏற்படும் கெடுதல்களை அந்தச் சிறுவனுக்கு விளக்கிக் கூறி, "இனி அதிகமாக இனிப்பு சாப்பிடாதே" என்று ஷாபியீ இமாம் அறிவுரை வழங்கினார்கள்.

"நாங்கள் சென்ற முறை வந்தபோதே இந்த அறிவுரையை இமாம் அவர்கள் வழங்கி இருக்கலாமே? இதற்கு ஒரு வாரம் தவணை போடுவானேன்?" என்று அந்தப் பெண்மணி கேட்டார்.

அதற்கு இமாம் ஷாபியீ அவர்கள் அளித்த பதில் இதுதான்:

"நான் இனிப்பின் மீது அதிக பிரியம் வைத்திருந்தேன். நானே அதிக இனிப்பைத் தின்றுவரும் வேளையில் 'இனிப்பு சாப்பிடாதே' என்று சிறுவனுக்கு எப்படி அறிவுரை கூறுவது? நான் இனிப்பு தின்பதைக் குறைத்துக் கொள்வதற்காகவே ஒரு வாரம் அவகாசம் கேட்டேன். இப்போது இவனுக்கு உபதேசிக்க நான் அருகதை உள்ளவனாக ஆகிவிட்டேன்"!

21. அன்னைக்காகக் காத்திருந்த அன்பு மகன்

காரிருள் சூழ்ந்த நேரம். அந்த ஊரே உறக்கத்தில் ஆழ்ந்திருந்தது. ஒரு வீட்டில் தாயும், மகனும் அயர்ந்து தூங்கினர்.

திடீரென்று தாயார் விழித்தார். தாகத்தில் அவரது நாக்கு வறண்டு இருந்தது. 'சமையல் அறைக்குச் சென்று தண்ணீர் குடிக்கலாம்' என்று நினைத்தார்.

ஆனால், உடல் சோர்வாக இருந்ததால், அவரால் எழுந்திருக்க இயலவில்லை. 'மகனை எழுப்பலாமா?' என்று எண்ணினார். மெய்மறந்த தூக்கத்தில் இருந்த மகனை எழுப்ப, அந்த அன்னையின் உள்ளம் உடன்படவில்லை. சிறிது நேரம் கண் மூடி தூங்க நினைத்தார். நா வறட்சி காரணமாக உறக்கம் வரவில்லை.

வேறு வழியில்லாமல் மகனை எழுப்பினார். அன்னையின் குரல் கேட்டு, அன்பு மகன் கண்விழித்தான்.

"அன்னையே, என்னை அழைத்தீர்களா?"

"ஆமாம், மகனே! எனக்குத் தாகமாக இருக்கிறது. கொஞ்சம் தண்ணீர் கொண்டு வா."

அன்னையின் ஆணையை ஏற்று, அடுக்களைக்குச் சென்றான். பானையில் இருந்த நீரை ஒரு குவளையில் மொண்டு எடுத்தான்.

தாயார் அருகே வந்தான். அடடா... என்ன ஆச்சரியம்? சிறிது நேரத்திற்கு முன்பு தண்ணீர் கேட்ட அவனுடைய தாயார், குறட்டை விட்டு நன்றாகத் தூங்கிக்கொண்டிருந்தார்.

'தாகமாக இருக்கிறது என்று தண்ணீர் கேட்டார்களே... இப்போது என்ன செய்வது? அவர்களை எழுப்பி கொடுத்துவிடலாமா?' என்று மகன் கருதினான்.

எழுப்பினால் தாயாரின் தூக்கம் கெட்டுவிடும் என்பதால் அவரை எழுப்ப விரும்பவில்லை. அன்னை எப்போது கண்விழிப்பாரோ அப்போது தண்ணீரைக் கொடுக்கலாம் என்றெண்ணி, குவளையுடன் அவர் அருகிலேயே நின்றான். இரவு மணி இரண்டாகியும் தாய் எழுந்திருக்கவில்லை.

மகனுக்குத் தூக்கம், கண்களைத் தழுவியது. 'இப்போது என்ன செய்வது... தூங்கிவிடலாமா?' என்று ஒரு கணம் நினைத்தான்.

'தாயார் மீண்டும் திடீரென்று விழித்துக்கொண்டால் என்ன செய்வது? எத்தனை இரவுகள் நித்திரை மறந்து என்னை வளர்த்தவர்; அவருக்காக இந்த ஓர் இரவு மட்டும் கண் விழிப்பதில் என்ன தவறு?' என்று சிந்தித்தபடி அன்னையின் படுக்கையைவிட்டு அகலாது அங்கேயே நின்று கொண்டிருந்தான்.

அன்றைய இரவு நேரம் கரைந்தது. காலைத் தொழுகைக்காக கண் விழித்த அன்னை, தன் அருகில் கையில் குவளையுடன் மகன் நிற்பதைக் கண்டார். அவருக்கு அந்த நொடியில் எல்லாம் புரிந்துவிட்டது. "மகனே, நீ அப்போதில் இருந்தே இப்படி நின்று கொண்டிருக்கிறாயா?" என்று கேட்டார்.

"ஆமாம் அம்மா! தாகமாக இருக்கிறது என்று தண்ணீர் கேட்டீர்கள். நீங்கள் கண் விழித்தவுடன் தண்ணீர் கொடுப்பதற்காகவே நொடிப்பொழுதும் தூங்காமல் காத்திருந்தேன்" என்றான்.

தனக்காகக் கால்கடுக்க மகன் நின்றிருந்ததை எண்ணி அந்தத் தாய் உள்ளம் நெகிழ்ந்தது. மகனை நெஞ்சோடு அணைத்து, உச்சி முகர்ந்து– அவனது நல்வாழ்வுக்காக எல்லாம் வல்ல இறைவனிடம் அவர் பிரார்த்தனை செய்தார்.

அன்னையின் ஆணையை நிறைவேற்றுவதற்காக இப்படி விடிய விடிய கண் விழித்த இஸ்லாமிய உலகின் விடிவெள்ளி யார் தெரியுமா? இறை நேசச் செல்வர்களில் ஒருவராய் விளங்கிய ஷர்புத்தீன் (ரஹ்) அவர்கள் ஆவார்.

22. கொடிகாத்த இளைஞர்

குரைஷி குல இளைஞர்களில் அழகும், அறிவும், ஆற்றலும் கொண்டவர் முஸப். செல்வந்தர் குடும்பத்தைச் சேர்ந்தவர். இதனால் அவர் ஆடம்பரமாக வாழ்ந்து வந்தார். காலையில் ஓர் உடை, மாலையில் மற்றொரு ஆடை. அழகிய ஆடைகள் அவரது அழகுக்கு மேலும் அழகு சேர்த்தன. உயர்தர காலணிகள் அவருக்கு மிடுக்கு தந்தன. நடை, உடை, பாவனை எதிலும் அவருக்கு இணையானவர் யாருமில்லை. அவர் இல்லாமல் எந்தச் சபையும் நடைபெறுவதில்லை. எந்தத் தீர்மானங்களும் நிறைவேறுவதில்லை.

இந்த நிலையில் அண்ணல் நபி (ஸல்) அவர்கள், தம்மை இறைத் தூதராக அறிவித்து அழைப்பு பணிகளில் ஈடுபட்டு வந்தார்கள். இதுவே அன்றைய தினம் மக்கா மாநகரில், மக்களின் சிந்தனைக்குரிய செய்தியாக இருந்தது. அதை நேரில் அறியும் ஆவலில் ஒரு நாள் நபிகளாரை, முஸப் சந்திக்கச் சென்றார். திருக்குர்ஆனின் இனிய வசனங்களைக் கவனமுடன் கேட்ட முஸப், இஸ்லாத்தில் இணைந்தார்.

அவருக்கு யாரைப் பற்றியும் பயமில்லை. திரளான குரைஷிகள் திரண்டு வந்து எதிர்த்தாலும், அதற்காக அவர் அஞ்சப் போவதில்லை. அவருக்கு இருந்த பயமெல்லாம், அவருடைய தாயாரைப் பற்றியதுதான். அதனால் இஸ்லாத்தில் இணைந்த செய்தியைத் தாயாரிடம் கூறாமல் மறைத்து வந்தார்.

ஒரு நாள் இந்த செய்தி வெளிச்சத்திற்கு வந்தது. இது உண்மையா என்பதை உறுதி செய்ய, அவருடைய தாயார் குனாஸ், தன் மகனை அழைத்து கேட்டார். முஸப் மறைக்காமல் உண்மையைச் சொன்னார். தாயார் ஆத்திரம் மேலிட மகனை வீட்டைவிட்டே துரத்தினார். ஒரு காலத்தில் ஆடம்பரமாக வாழ்ந்த முஸப், இப்போது வறுமையில் வாடினார். ஆனால் நபிகளாரின் பேரன்புக்கும், பிரியத்திற்கும் பாத்திரமானார். அண்ணல் நபி அவர்களின் உத்தரவை ஏற்று மதீனா சென்று, இஸ்லாமியப் பணிகளில் ஈடுபட்டார்.

இந்த நிலையில் முஸ்லிம்களுக்கு எதிராக நடந்த 'பத்ர்' யுத்தத்தில் குரைஷிகள் தோல்வியைத் தழுவினார்கள். இதற்குப் பழிக்குப்பழி வாங்க இன்னொரு போருக்குத் தயாரானார்கள். 'உஹது' என்ற இடத்தில் குரைஷிகளுக்கும், முஸ்லிம்களுக்கும் இடையே மீண்டும் போர் நடந்தது. இந்தப் போரில் முஸப் முனைப்புடன் பங்குகொண்டார். இஸ்லாமிய பேரரசின் கொடியைக் கையில் ஏந்தியவாறு போரிட்டுக் கொண்டிருந்தார். அப்போது எதிரிகள் அண்ணல் பெருமானாரைக் கொல்வதற்குக் குறி வைப்பதைப் பார்த்துவிட்டார், முஸப்.

அபாயத்தை உணர்ந்த முஸப், எதிரிகளின் கவனத்தைத் தன் பக்கம் திருப்பினார். இஸ்லாமிய பேரரசின் கொடி, முஸப் கையில் பட்டொளி வீசிப் பறப்பதைக் கண்டு கொதித்து எழுந்த எதிரிகள் அவரைச் சூழ்ந்துகொண்டனர்.

ஒரு கையில் கொடி, இன்னொரு கையில் வாள் சகிதமாக முஸப் தீரத்துடனும், வீரத்துடனும் போர்

புரிந்தார். எதிரிகள் அவரைக் கடுமையாக தாக்கினார்கள். கொடியவன் ஒருவன், கொடி ஏந்திய அவரது கரத்தை வாளால் வெட்டினான். அந்தக் கை துண்டிக்கப்பட்டு தொங்கியது.

உடனே கொடியை மறு கைக்கு மாற்றினார். அந்தக் கையையும் எதிரி வெட்டி வீழ்த்தினான். அப்போதும் அவர் கொடியை விடவில்லை. கையின் வெட்டுண்ட பகுதிகளை இணைத்து கொடியைப் பிடித்துக்கொண்டார்.

எதிரி கோபத்தில் ஈட்டியால் அவரது நெஞ்சில் குத்தினான். நபிகளாரை எப்படியும் காப்பாற்ற வேண்டும் என்ற நினைப்பால், அதை நிகழ்த்திக் காட்டிய பெருமிதத்துடன் முஸப் உயிரிழந்தார்.

அண்ணல் நபி அவர்களும், தோழர்களும் முஸப் உடலைக் கண்டு கண்ணீர் சிந்தினார்கள். அவர் மீது போர்த்தப்பட்டிருந்த போர்வையைப் பார்த்தபோது நபிகளாருக்குப் பழைய நினைவுகள் வந்தன.

'முஸபே, உம்மைப் போல அழகிய உடை அணிந்து மக்கா மாநகரில் வலம் வந்த யாரையும் நான் கண்டதில்லை. நீர் இப்போது மண்ணும், தூசியும், புழுதியும், ரத்தமும் விரவப்பட்ட நிலையில் செல்கிறீர். உண்மையாக, நீங்கள் அனைவரும் அல்லாஹ்விடத்தில் மறுமை நலனை அடைவதற்காகவே தியாகம் அனுபவித்தவர்கள் ஆவீர்கள் என்று நான் சாட்சியம் கூறுகிறேன்' என்று அண்ணல் நபி அவர்கள் கூறினார்கள்.

23

நபிகளாரின் பண்பாடு

நபிகள் நாயகம் (ஸல்) அவர்கள் இளைஞராக இருந்த காலம், அது. அப்போது அவர்கள் 'நபித்துவம்' பெறவில்லை. அந்த நேரங்களில் நபிகளார் வணிகம் செய்வதற்காக ஷாம், யமன், பஸரா ஆகிய இடங்களுக்குச் சென்று வந்தார்கள். வியாபாரத்தில் ஒழுக்கத்தைப் பேணி வந்ததால், நபிகளாருக்கு 'அல் அமீன்' என்ற பெயர் உண்டு. இதற்கு 'நம்பிக்கையாளர்' என்று பொருள்.

நபிகள் அவர்களின் வியாபார கூட்டாளி அப்துல்லாஹ். அவருடன் அதிக அளவில் வியாபாரத் தொடர்புகள் வைத்திருந்தார்கள்.

ஒரு முறை வியாபார விஷயமாக அண்ணல் நபி அவர்கள், அப்துல்லாஹ்வுடன் வெளியே சென்று இருந்தார்கள். அப்போது அப்துல்லாஹ்வுக்கு வேறு ஒரு வேலை வந்தது. இதனால் அவசரமாக அவர், 'இங்கேயே நில்லுங்கள்; சற்று நேரத்தில் நான் வந்துவிடுகிறேன்' என்று நபிகளாரிடம் சொல்லிவிட்டுச் சென்றார். வேலையில் மூழ்கிய அவர், அண்ணல் நபியிடம் சொன்னதை அடியோடு மறந்துவிட்டார்.

நபிகள் நாயகம் அவர்கள் அங்கேயே அவருக்காகக் காத்திருந்தார்கள். ஒருநாள் அல்ல... மூன்று நாட்கள். அதன்பிறகு அங்கே தற்செயலாக வந்த அப்துல்லாஹ், நபிகளார் அந்த இடத்தில் நின்று கொண்டிருப்பதைக் கண்டார்... திகைத்தார்.

'என்ன, நீங்கள் இங்கேயா நிற்கிறீர்கள்?' என்று கேட்டார்.

'தாங்கள்தானே என்னை இங்கே நிற்கச் சொன்னீர்கள். 3 நாட்கள் உங்களுக்காகக் காத்திருக்கிறேன்' என்று அண்ணல் நபி அவர்கள் பொறுமையோடு பதில் அளித்தார்கள். அப்துல்லாஹ் தனது செயலை நினைத்து பெரிதும் வருந்தினார். 'வாக்குறுதியை மீறாத இப்படியும் ஒரு அற்புதமானவர் உண்டா?' என்று வியந்தார்.

அண்ணல் நபி அவர்கள் மதீனா மாநகரில் இருந்தபோது, அந்த ஊர் மக்கள் அவர்களுக்கு பழங்களையும், திண்பண்டங்களையும் கொடுப்பது வழக்கம். அன்பளிப்பாக வரும் அவற்றை அனைவருக்கும் பகிர்ந்தளித்து உண்பது, அண்ணலாரின் பழக்கம்.

ஒருநாள் பெருமானார், பள்ளிவாசலில் அமர்ந்து இருந்தார்கள். அப்போது ஒரு மூதாட்டி கை நிறைய திராட்சைப் பழங்களைக் கொண்டுவந்து நபிகளாரிடம் கொடுத்து, அதைச் சாப்பிடுமாறு வேண்டினார். நபிகள் நாயகம் அவர்கள் அந்தத் திராட்சைப் பழங்களை ஒவ்வொன்றாகச் சாப்பிட்டார்கள். அதைக் கண்ட மூதாட்டி, மகிழ்வோடு அந்த இடத்தைவிட்டுப் புறப்பட்டார்.

அருகில் இருந்த தோழர்களுக்கோ ஆச்சரியம். 'தனக்கு அன்பளிப்பாகக் கிடைக்கும் உணவுப் பொருட்களை எப்போதும் பகிர்ந்து சாப்பிடும் இறைத்தூதர், இன்றைக்கு மட்டும் அனைத்துப் பழங்களையும் அவர்களே சாப்பிட்டது ஏன்?' என்ற கேள்வி அவர்கள் உள்ளத்தில் எழுந்தது. இதற்கு விடை காண விரும்பிய தோழர்கள், 'இன்று

மட்டும் தாங்களே இந்தப் பழங்களைச் சாப்பிட்டது ஏன்?' என்று நபிகளாரிடமே வினவினார்கள்.

'தோழர்களே, நான் சாப்பிட வேண்டும் என்பதற்காகப் பேரன்போடு அந்தப் பெண்மணி, திராட்சைப் பழங்களைக் கொடுத்ததும் சாப்பிட்டு பார்த்தேன். அவை மிகவும் புளிப்பாக இருந்தன. உங்களுக்கு நான் அந்தப் பழங்களைக் கொடுத்திருந்தால், அதைச் சாப்பிட்டுவிட்டு உங்களில் யாராவது பாதியில் கீழே துப்பிவிட்டாலோ அல்லது 'அப்பப்பா... என்ன புளிப்பு?' என்று சொல்லி இருந்தாலோ, அப்பெண்மணியின் முகம் வாடிப் போயிருக்கும்.

அந்தப் பெண்ணின் அன்புள்ளத்தை நான் நோகடிக்க விரும்பவில்லை. புளிப்பான பழங்களைச் சாப்பிட வைத்து உங்களையும் சங்கடப்படுத்த விரும்பவில்லை. எனவே, பழங்கள் முழுவதையும் நானே சாப்பிட்டுவிட்டேன்' என்று அண்ணலார் பதில் அளித்தார்கள்.

நாயகம் அவர்களின் உயர்ந்த பண்பை நினைத்து தோழர்கள் மேலும் வியந்தார்கள்.

24. விசுவாசமான முதல் பெண்மணி

மக்கா மாநகர் செல்வச்சீமாட்டி அன்னை கதீஜா அவர்களுக்கு வணிகத்தைத் திறம்பட நடத்திடவும், பணியாளர்களுக்குத் தலைமைப் பொறுப்பைத் தாங்கிடவும், நேர்மையான ஒருவர் தேவைப்பட்டார். நபிகளாரின் நல்லொழுக்கத்தையும், நற்பண்புகளையும் கேள்விப்பட்ட கதீஜா அவர்கள், வணிகப்பொறுப்பை ஏற்க வருமாறு அண்ணல் நபி அவர்களுக்குத் தூது அனுப்பினார்கள். அதை நபிகளார் இன்முகத்துடன் ஏற்றுக்கொண்டார்கள்.

நபிகள் நாயகத்தின் வணிகத்திறன், அணுகுமுறை, பழக்க வழக்கங்கள் அனைத்தும் அன்னை கதீஜா அவர்களின் உள்ளத்தைக் கவர்ந்தது. நபிகளாரைத் திருமணம் செய்ய முடிவு செய்து, அண்ணலாரின் எண்ணத்தை அறிந்து வர நபீஸா என்ற அடிமைப்பெண்ணை அனுப்பி வைத்தார்கள். இந்த இனிய செய்தியைத் தனது பெரிய தந்தை அபூதாலிபிடம் பெருமானார் தெரிவித்து, அவரின் அனுமதியைக் கேட்டார்கள். அவருடைய ஒப்புதலுடன் கதீஜாவை நபிகளார் மணமுடித்தார்கள்.

திருமணத்தின்போது மணமகன் சார்பில் மணமகளுக்கு கட்டாயமாகத் தரவேண்டிய 'மஹர்' தொகையாக 500 தினார்கள் (தங்க நாணயங்கள்), 20 ஒட்டகங்கள் வழங்கப்பட்டன. அப்போது நபிகளாருக்கு வயது 25, கதீஜா பிராட்டியாருக்கு வயது 40.

இரு முறை விதவையாகிய கதீஜாவைத் தம்மைவிட வயதில் மூத்த மாதர் குல மாணிக்கத்தை, நபிகள் நாயகம் (ஸல்) அவர்கள் திருமணம் செய்தார்கள். 1,400 ஆண்டுகளுக்கு முன்பே விதவைத்திருமணம், வரதட்சணை வாங்காமை போன்ற சமூகப் புரட்சிக்கு வித்திட்டவர், பெருமானார் என்பது பெருமைக்குரிய செய்தியாகும்.

அன்னை கதீஜா அவர்களுக்கு 'தாஹிரா' என்ற சிறப்புப் பெயர் உண்டு. தாஹிரா என்றால் தூய்மையாளர், ஒழுக்கமானவர் என்று பொருள். நபிகளாருடன் நடத்திய நல்வாழ்க்கையில் கதீஜா அவர்களுக்கு காசிம், அப்துல்லாஹ் ஆகிய ஆண் குழந்தைகளும்– ஜைனப், ருகையா, உம்மு குல்தூம், பாத்திமா ஆகிய பெண் குழந்தைகளும் பிறந்தன. ஆண் மக்கள் இருவரும் குழந்தைப் பருவத்திலேயே காலமாகிவிட்டனர்.

இல்லறக் கடமைகளை இனிதே நிறைவேற்றிய நபிகளார், மக்கா மாநகருக்கு அருகே உள்ள 'ஹிரா' குகைக்குச் சென்று தியானத்தில் ஈடுபட்டார்கள். அப்போது அவர்களுக்கு உணவு எடுத்துச்சென்று, மனம் கோணாமல் கனிவுடன் கதீஜா பரிமாறுவார்கள்.

ஓரிரவு, ஒப்பற்ற இரவு! ஜிப்ரீல் என்ற வானவர் தோன்றி நபிகளாரை நோக்கி, 'ஓதுவீராக' என்றார். அதற்குப் பெருமானார் அவர்கள், 'எனக்கு ஓதத் தெரியாதே' என்றார்கள்.

அண்ணல் நபி அவர்களை வானவர் இறுகக்கட்டி அணைத்து– 'ஓதுவீராக' என்றார், மீண்டும்.

'எதை ஓத?' என்று அண்ணலார் வினவினார்கள்.

அதற்கு வானவர், 'ஓதுவீராக, நபியே... உம் இறைவனின் திருப்பெயர் கொண்டு. உறைந்த ரத்தக்கட்டியில் இருந்து மனிதனை அவன் படைத்தான். ஓதுவீராக... உம் இறைவன் எத்தகைய மாபெரும் அருட்கொடையாளன் எனில் அவனே எழுதுகோலைக் கொண்டு எழுதக் கற்றுக்கொடுத்தான். மனிதனுக்கு அவன் அறியாத வற்றை எல்லாம் கற்றுக்கொடுத்தான்.' (திருக்குர்ஆன்– 96:1)

இந்தத் திருவசனத்தை இறைவனின் திருத்தூதர் ஓதினார்கள். அந்த அற்புத நிகழ்ச்சியால் அண்ணலாரின் உடல் நடுங்கியது. அவசர அவசரமாக வீடு திரும்பி– 'என்னைப் போர்த்துங்கள், என்னை போர்த்துங்கள்' என்று நபிகளார் கூறினார்கள். கதீஜா அவர்கள் ஒரு போர்வையை எடுத்து பெருமானாருக்குப் போர்த்திவிட்டார்கள். நடந்த சம்பவங்களைக் கதீஜா அவர்களிடம் நபிகளார் எடுத்துரைத்தார்கள்.

அப்போது, கதீஜா அவர்கள், 'அல்லாஹ்வின் மீது ஆணையாக, அல்லாஹ் உங்களை ஒருபோதும் இழிவுபடுத்தமாட்டான். ஏனென்றால், உறவினர்களுடன் நீங்கள் இணங்கி வாழ்கிறீர்கள். (சிரமப்படுவோரின்) சுமையைச் சுமக்கிறீர்கள். ஏழைகளுக்காக உழைக்கிறீர்கள். விருந்தினரை உபசரிக்கிறீர்கள்' என்று ஆறுதல் கூறி தேற்றினார்கள்.

பின்னர் சிறிய தந்தையின் மகன் வரகத் பின் நவ்பலிடம், நடந்ததைச் சொல்லி கதீஜா அவர்கள் விளக்கம் கேட்டார்கள்.

அப்போது வரகத், "முஹம்மதிடம் வந்தவர் 'ஜிப்ரீல்' எனும் வானவராவார். முஹம்மதை, அல்லாஹ் தனது தூதராகத் தேர்வு செய்து இருக்கிறான். இந்த மக்கள் முஹம்மதை ஊரைவிட்டும் விரட்டி அடிப்பார்கள். அப்போது நான் உயிரோடு இருந்தால் அவருக்கு உதவுவேன்" என்றார்.

இந்தச் சந்திப்புக்கு பிறகு வரகத் நீண்ட நாள் வாழவில்லை. வெகுவிரைவில் மரணம் அடைந்துவிட்டார்.

அண்ணல் நபி அவர்களுக்கு நபித்துவம் கிடைத்து விட்டதை அறிந்த கதீஜா அவர்கள், அல்லாஹ்வின் நபியாக ஏற்று அவர்கள் மீது விசுவாசம் கொண்டார்கள்.

அண்ணலாரை நபியாக ஏற்று விசுவாசம் கொண்ட முதல் பெண்மணி கதீஜா (ரலி) அவர்கள் ஆவார்கள்.

25
உயிருக்கு அஞ்சாத உறுதி

அண்ணல் நபி அவர்கள் எங்கு சென்றாலும் அவர்களை நிழலாகத் தொடர்ந்தவர், இஸ்லாத்தின் மீது நிறைவான நம்பிக்கை கொண்டவர் பிலால் (ரலி) அவர்கள். ஹமாமா என்ற அடிமை நீக்ரோ தாய்க்குப் பிறந்தவர். தந்தை ரபாஹ். இவரும் அடிமையாய் இருந்தார். அடிமைப் பெற்றோருக்குப் பிறந்த பிலால் அடிமையாகவே வாழ்ந்தார்கள். அல்லும் பகலும் வியர்வை சிந்த ஒட்டகங்களையும், ஆடுகளையும் மேய்த்தார்கள்.

தொடக்கத்தில் இருந்தே சிலை வணக்கத்தையும், தனி மனித வழிபாட்டையும் பிலால் அவர்கள் வெறுத்து வந்தார்கள். முகம்மது (ஸல்) அவர்கள், இறைத்தூதராக வந்திருக்கிறார் என்ற செய்தி அவரைப் பெரும் மகிழ்ச்சியில் ஆழ்த்தியது.

'இறைவன் ஒருவனே' என்ற ஏகத்துவக் கொள்கை அவரைக் கவர்ந்தது. இதனால் நபிகளாரைச் சந்தித்து இஸ்லாத்தை ஏற்றுக்கொண்டார்கள். இந்தச் செய்தி,

அவருடைய எஜமானன் உமய்யாவுக்கு ஆத்திரத்தை ஏற்படுத்தியது. தன்னையும், தன் குடும்பத்தினரையும் பிலால் கேவலப்படுத்தி விட்டதாகக் கருதினார்.

‘எங்களை அண்டிப் பிழைக்கும் அடிமை, எங்கள் கடவுளர்களை இழிவாகப் பேசுவதா?’ என்று கொதித்தார். பிலால் அவர்களை ரத்தம் சொட்டச் சொட்ட தாக்கினார். சொல்லொணாத் துயரங்களைக் கொடுத்தார். பிலால் அவர்கள் சிறிதும் அஞ்சவில்லை. துன்பங்கள் தொடர்ந்தபோதும், குலையாத குன்றாக நின்றார்கள்.

‘என் எலும்புக்கும், சதைக்கும்தான் அவர்கள் எஜமானர்களே தவிர– என் உணர்வுக்கும், ஆன்மாவுக்கும் நானே எஜமானன். அவற்றை அடிமைப்படுத்த யாருக்கும் உரிமையில்லை’ என்று துணிவுடன் கூறினார்கள்.

சுடும் பாலைவன மணலில் மதிய வேளையில் பிலால் அவர்களை இழுத்துச் சென்று– வெறும் மேனியுடன், வெந்த மணலில் படுக்க வைத்து– பாறாங்கல்லை நெஞ்சிலே தூக்கி வைத்து கொடுமைப்படுத்தினார்கள்.

‘பிலாலே, நீ ஏற்றுக்கொண்ட மார்க்கத்தை விட்டுவிட்டு, எங்கள் மதத்திற்கு வரவேண்டும். இல்லாவிட்டால் நீ சாக நேரிடும்’ என்றார்கள். அதை ஏற்க மறுத்த– உயிருக்கு அஞ்சாத அவரது உறுதியைக் கண்டு எதிரிகள் வியந்தனர்.

இறுதியில் ஒருநாள் அவரது கழுத்தில் கயிற்றைக் கட்டி, மக்கா மாநகரின் மலை அடிவாரங்களில் இழுத்து வரும் பொறுப்பைச் சிறுவர்களிடம் ஒப்படைத்தனர். அப்போது அந்த வழியாகச் சென்ற அபூபக்கர் சித்தீக் (ரலி) அவர்கள், பிலால் படும் வேதனையைக் கண்டு மனம் வெதும்பினார்கள்.

‘அல்லாஹ்வை தனது ரட்சகனாக ஏற்றதற்காகவா இவரை இப்படித் துன்புறுத்துகிறீர்கள்?’ என்று கேட்டார்கள்.

'நீர் தான் இவனைக் கெடுத்துவிட்டு வருத்தப்படுகிறீரா? அவ்வளவு சங்கடம் இருந்தால் அவனை விலைக்கு வாங்கி காப்பாற்றும்' என்று உமய்யா பதில் அளித்தார்.

உடனே அபூபக்கர் சித்தீக் அவர்கள் 10 தங்க நாணயங்களைக் கொடுத்து, பிலால் அவர்களுக்கு விடுதலை அளித்தார்கள்.

அப்போது உமய்யா, அபூபக்கர் சித்தீக் அவர்களை நோக்கி, 'நீர் ஒரே ஒரு தங்க நாணயத்தைக் கொடுத்து பிலாலைக் கேட்டிருந்தாலும் கொடுத்திருப்பேன்' என்றார்.

அதற்கு, 'நீர் பிலாலுக்கு ஆயிரம் தங்க நாணயங்களை விலை பேசி இருந்தாலும் வழங்கி இருப்பேன்' என்று அபூபக்கர் சித்தீக் பதில் அளித்தார்கள்.

பிறகு பிலால் அவர்களை நபிகளாரிடம் அழைத்து வந்தார்கள். நடந்ததை விரிவாக உரைத்தார்கள். அண்ணல் நபி அவர்கள் புன்னகையுடன் பிலாலை வரவேற்றார்கள். அதோடு ஈடில்லா புகழும் பெற்றார்கள் பிலால். அதற்குக் காரணம், அவர்கள் கொள்கையில் கொண்ட உறுதிதான் என்றால் அது மிகையல்ல.

26. தன்னிகரில்லா தாய்

கதீஜா (ரலி) அவர்கள் மரணமடைந்து 3 ஆண்டுகள் வரை அண்ணல் நபி (ஸல்) அவர்கள் யாரையும் திருமணம் செய்யவில்லை. நபித்துவம் பெற்ற நபிகளாரை, மக்கா மாநகர் குரைஷிகள் கொல்ல திட்டமிட்டதைத் தொடர்ந்து, பெருமானார் தம் தோழர் அபூபக்கர் சித்தீக் அவர்களுடன் மதீனா சென்றார்கள். அங்கு ஒரு பள்ளியை நிறுவி, இறை வணக்கத்தில் ஈடுபட்டார்கள். இறைச் செய்திகள் (வஹீ) வானவர் தலைவர் ஜிப்ரீல் மூலமாக மதீனா நகரிலும் இறங்கின.

மதீனாவில் இருந்தபோது அபூபக்கர் சித்தீக் அவர்களின் மகள் ஆயிஷா (ரலி) அவர்களை நபிகள் நாயகம் திருமணம் செய்துகொண்டார்கள். நபிகளாரின் மனைவியரில் அன்னை ஆயிஷா அவர்கள் மட்டுமே கன்னி ஆவார். திருமணம் செய்வதற்கு முன்பே, ஆயிஷா அவர்களைக் கனவில் அண்ணல் நபி அவர்களுக்கு இறைவன் காட்டினான்.

'நான் உன்னைக் கனவில் கண்டேன். அப்போது ஒரு வானவர் பட்டுத்துணியில் உன்னைப் போர்த்திக்கொண்டு வந்து, 'இவர்தான் உன் மனைவி' என்றார். துணியை அகற்றிப் பார்த்தபோது நீ இருந்தாய். இந்தக் கனவு அல்லாஹ்வின் புறத்தில் இருந்து வந்ததால் அப்படியே

நிகழும் என்று நினைத்தேன்' என்று ஒரு முறை நபிகளார், ஆயிஷாவிடம் தெரிவித்தார்கள்.

ஆயிஷா அவர்கள் நினைவாற்றல் மிக்கவராகவும், புத்திகூர்மை நிறைந்தவராகவும் திகழ்ந்தார்கள். அரபி மொழியில் பெரும் புலமை பெற்றிருந்தார்கள். பெருமானாருக்கு இறைச் செய்தி வரும்போதெல்லாம் உடன் இருக்கும் பெரும்பேறு பெற்றவர் ஆவார்கள். திருக்குர்ஆனின் வசனங்கள் அனைத்தையும் அவர்கள் நினைவில் வைத்திருந்தார்கள்.

ஆயிஷா அவர்கள் 'ஸித்தீகா' (உண்மையானவர்) என்று போற்றப்பட்டார்கள். அண்ணலாருடன் 9 ஆண்டு காலம் வாழ்ந்தார்கள். அப்போது கண்ணியத்துடனும், பேணுதலுடனும் நபிகள் நாயகத்திடம் பல கேள்விகளையும், சந்தேகங்களையும் கேட்டு அறிவாற்றலை மேலும் பெருக்கிக்கொண்டார்கள்.

அண்ணல் நபி அவர்கள் நோய்வாய்ப்பட்டு மரணப்படுக்கையில் இருந்தபோது பெரும்பாலான நாட்களை ஆயிஷா அவர்களின் இல்லத்திலேயே கழித்தார்கள். அவர்களின் மடியில் படுத்திருந்த நிலையிலேயே அண்ணலாரின் உயிர் பிரிந்தது. அவர்களது புனித உடல், ஆயிஷா அவர்களின் இல்லத்தில்தான் நல்லடக்கம் செய்யப்பட்டது.

நபிகளாரின் மறைவுக்குப் பிறகு ஆயிஷா அவர்கள் 48 ஆண்டுகள், மக்களின் தாயாக விளங்கினார்கள். நபிகள் நாயகம் அவர்களின் வாழ்க்கை நெறிமுறைகளை விளக்குபவர்களாகத் திகழ்ந்தார்கள். அந்தக் காலங்களில் அவர்கள் இஸ்லாத்திற்காகச் செய்த சேவை அளப்பரியது. நிறைய செய்திகளை அவர்களைக்கொண்டே அறிய முடிந்தது. சிக்கலான பல பிரச்சினைகளுக்கு அவர்களாலேயே தீர்வு காணப்பட்டது. அவர்கள் மூலம் 2 ஆயிரத்துக்கும் மேற்பட்ட ஹதீதுகள் (நபி மொழிகள்) வெளியாயின.

புகழ்பெற்ற நாயகத் தோழர்கள் கூட, மார்க்கம் தொடர்பான சில சந்தேகங்களுக்கு ஆயிஷாவிடம்

இருந்தே தெளிவுபெற்றனர். ஒவ்வொரு ஆண்டும் ஆயிஷா அவர்கள் ஹஜ்ஜுக்கு செல்வது வழக்கம். அப்போது பல நாடுகளைச் சேர்ந்த மக்கள் அவர்களிடம் சென்று, மார்க்கம் தொடர்பான சந்தேகங்களைக் கூறி தெளிவுபெற்றுச் செல்வார்கள். சில நேரம், மார்க்கத் தீர்ப்பு (பத்வா) வழங்கும் முப்தியாகவும் அவர்கள் விளங்கி இருக்கிறார்கள்.

உமர் அவர்கள் கலீபாவாக இருந்தபோது, நபிகளாரின் மனைவியர்களுக்கு ஆண்டொன்றுக்கு 10 ஆயிரம் திர்ஹங்கள் வழங்கப்பட்டன. ஆயிஷா அவர்களுக்கு மட்டும் 12 ஆயிரம் திர்ஹங்கள்.

இதற்கு காரணம் கேட்டபோது, 'ஆயிஷா மீது அண்ணலார் அதிகப் பிரியம் வைத்திருந்தார்கள்' என்று உமர் அவர்கள் பதில் அளித்தார்கள். செலவுக்கு வழங்கிய தொகையில் பெரும்பகுதியை வறியவர்களுக்கு வழங்கி வந்தார்கள் ஆயிஷா.

உமர் அவர்களுக்கு மரணம் நெருங்கியபோது, தன்னுடைய மகன் அப்துல்லாஹ்வை ஆயிஷா அவர்களிடம் அனுப்பி, அண்ணல் நபி அவர்களின் அருகில் அடக்கம் செய்ய அனுமதி கேட்டார்கள்.

இதற்கு ஆயிஷா அவர்கள், 'அந்த இடத்தை எனக்காகத் தேர்ந்து எடுத்திருந்தேன். ஆனால், உமருக்காக நான் விட்டுக்கொடுக்கிறேன்' என்று சொல்லி அனுப்பினார்கள். ஆயிஷா அவர்கள் செய்த பேருதவி காரணமாக, உமர் அவர்களுக்கு அண்ணலாரின் அருகில் அடக்கம் பெறும் பேறு கிடைத்தது.

நம்பிக்கையாளர்களின் தாய் (உம்முல் மூமினின்) என்று அழைக்கப்பட்ட அன்னை ஆயிஷா அவர்கள் தனது 67-வது வயதில் இவ்வுலக வாழ்வைத் துறந்தார்கள். அவர்களின் மறைவால் இஸ்லாமிய உலகம் துயரத்தில் ஆழ்ந்தது.

27. அண்ணலின் கருணை உள்ளம்

ஹிஜிரி 8-ம் ஆண்டு ரமலான் மாதத்தில் மக்கா மாநகர் குரைஷிகள் செயல் இழந்தனர். ரத்தம் சிந்தாமல், போர் நிகழாமல் மக்கா வெற்றிகொள்ளப்பட்டது. 10 ஆயிரம் தோழர்களுடன் நபிகளார் மெல்லியப் பூங்காற்றாய் அங்கு நுழைந்தார்கள். எல்லையற்ற தொல்லைகளைக் கொடுத்தவர்களுக்கு மன்னிப்பையும், கருணையையும் வழங்கினார்கள்.

இருந்தபோதிலும் சில மக்காவாசிகளின் உள்மனம் உறுத்தியது. அவர்கள் அமைதி இழந்து காணப்பட்டனர். தங்களின் கடந்த கால நடவடிக்கைகளைக் கணக்கிட்ட அவர்களுக்கு, அண்ணல் நபியின் மன்னிப்பு கிடைக்கும் என்பதில் துளியும் நம்பிக்கை இல்லை. நாம் செய்த கொடுமைகளுக்காக நம்மை உயிரோடுவிட்டு வைக்கமாட்டார்கள் என்று அஞ்சிய சிலர் மக்காவைவிட்டு வெளியேறினார்கள்.

அப்போது ஒரு பெண்மணி, நபிகளாரைச் சந்தித்து இஸ்லாத்தில் தன்னை இணைத்துக்கொண்டார். மேலும்,

'அல்லாஹ்வின் தூதரே, என் கணவர் உயிருக்கு அஞ்சி ஏமன் தேசம் நோக்கி ஓடுகிறார். நீங்கள் அவருக்கு மன்னிப்பும், பாதுகாப்பும் வழங்கினால் நான் அவரைத் திரும்ப அழைத்து வருவேன்' என்று வேண்டினார்.

உடனே கருணை நபி அவர்கள், 'நான் அவருக்கு மன்னிப்பும், பாதுகாப்பும் அளித்துவிட்டேன். செல்லுங்கள்... அவரை அழைத்து வாருங்கள்' என்று உத்தரவு வழங்கினார்கள்.

அப்படி நபிகளார் மன்னிப்பும், பாதுகாப்பும் அளித்த நபர் வேறுயாருமல்ல... இஸ்லாத்தின் கடும் விரோதியாக இருந்த அபூஜஹலின் மகன் இக்ரிமாதான். இஸ்லாத்தையும், முஸ்லிம்களையும் எதிர்ப்பதில் தந்தை அபூஜஹலுக்கு இணையாக இருந்தவர். மக்கா மாநகர் வெற்றிகொள்ளப்படும் வரையில் அனைத்து வழிகளிலும் முஸ்லிம்களுக்குத் துன்பம் இழைத்து வந்தவர்.

ஹிஜ்ரி 2-ம் ஆண்டில் 'பத்ர்' போரில் அபூஜஹல் கேவலமான முறையில் கொல்லப்பட்டபோதும், இக்ரிமா தனது தந்தை விட்டுச்சென்ற இஸ்லாமிய வெறுப்பை-முஸ்லிம்களைத் துன்புறுத்தும் பொறுப்பை ஏற்றுக்கொண்டார். இதனால்தான் மக்கா நகரின் வெற்றியாளராகத் திகழும் நபி அவர்களின் முன்னிலையில் வருவதற்கு இக்ரிமா முன்வரவில்லை.

நபிகளாரைச் சந்தித்து கணவருக்காக முறையிட்டது, அவருடைய மனைவி உம்மு ஹகீம்.

இக்ரிமா, மக்காவில் இருந்து புறப்பட்டு 'குல்ஸூம்' கடற்கரைக்குச் சென்றார். அங்கு ஏமனுக்குச் செல்லும் கப்பலில் ஏறிப் புறப்பட்டார். சிறிது தூரம் சென்றதும், புயல் காற்றின் சுழலில் கப்பல் சிக்கிக்கொண்டது. அந்த இக்கட்டான நேரத்தில் கப்பல் மாலுமிகள், அல்லாஹ்விடம் உதவி தேடினார்கள். இது இக்ரிமாவின் உள்ளத்தில் பதிந்தது. ஆழ்ந்த சிந்தனையில் மூழ்கினார், தெளிவு பெற்றார்.

உடனே, 'இறைவா, இந்தக் கடல் கொந்தளிப்பில் இருந்து என்னை காப்பாற்றினால், நானே முஹம்மத் (ஸல்) அவர்கள் முன்னிலையில் ஆஜராவேன். அவர் கருணைகொண்டவர், என்னைத் தண்டிக்க முன்வரமாட்டார்' என்று பிரார்த்தனை செய்தார்.

இறைவன் கருணையால் கப்பல் காப்பாற்றப்பட்டு, புறப்பட்ட இடத்திற்கே திரும்பியது.

இதற்கிடையே உம்மு ஹகீம், தன் கணவர் இக்ரிமாவைத் தேடியவாறு அங்கு வந்தார். கணவரைக் கண்டதும் அவர் அளப்பரிய ஆனந்தம்கொண்டார்.

மனைவியின் விருப்பத்தை ஏற்று இக்ரிமா, நபிகளார் முன்னிலையில் ஆஜரானார். அவரைக் கண்டதும் அண்ணல் நபி அவர்கள், 'நாட்டை வெறுத்து ஓடியவரே, வாரும்' என்று மிகுந்த மரியாதையுடன் வரவேற்றார்கள்.

'தாங்கள் எனக்கு மன்னிப்பும், பாதுகாப்பும் அளித்திருப்பதாக என் மனைவி தெரிவித்தார்' என்று நபிகளாரிடம் இக்ரிமா கூறினார்.

'உண்மைதான்' என்று நபிகளார் உரைத்ததும், அவர்களின் கருணை உள்ளம் கண்டு, அந்த இடத்திலேயே இஸ்லாத்தில் இணைந்தார் இக்ரிமா.

28

வீரத்திருமகன்

முஆவியா (ரலி) அவர்களுக்குப் பிறகு அவருடைய மகன் யஜீத், கலீபாவாகப் பொறுப்பேற்றார். இறையாட்சி தத்துவத்திற்கு எதிராக அவர் கலீபாவாக நியமிக்கப்பட்டதால், அவரது நியமனத்தை முஸ்லிம் தலைவர்கள் ஏற்றுக்கொள்ளவில்லை. ஆனால், யஜீதுக்கு எதிராகப் போர்க்கொடி உயர்த்த எவரும் முன்வரவில்லை.

யஜீதை எதிர்த்து இரு தலைவர்கள் மட்டுமே குரல் எழுப்பினார்கள். அவர்கள் யஜீதுடன் நேரடியாக மோதவும் செய்தனர்.

அவர்களில் ஒருவர் அலி– பாத்திமா ஆகியோரின் மகன் ஹுசைன் (ரலி) அவர்கள். இன்னொருவர் சுபைர்–அஸ்மா ஆகியோரின் மகன் அப்துல்லாஹ் (ரலி) அவர்கள்.

ஹுசைன் அவர்களின் எதிர்ப்பை யஜீதின் படையினர் சில மணி நேரங்களில் முறியடித்துவிட்டனர். ஆனால், அப்துல்லாஹ் அவர்களை எளிதில் தோற்கடிக்க முடியவில்லை.

யஜீதை எதிர்த்து அப்துல்லாஹ் தொடர்ந்து போராடி வந்தார்கள். யஜீதுக்குப் பிறகு மர்வான் என்பவர் கலீபா ஆனார். இவரையும் அப்துல்லாஹ் துணிவுடன் எதிர்த்து வந்தார்கள். மர்வானுக்குப் பிறகு அப்துல் மாலிக் ஆட்சிப்

பொறுப்பை ஏற்றார். அவருடைய ஆளுநர் ஹஜ்ஜாஜ், அறிவுத்திறன் கொண்டவர். இவரது தீவிர நடவடிக்கை காரணமாக அப்துல்லாஹ், 'கஅபா' தலத்திற்குள் அடைக்கலம் புகநேரிட்டது.

ஹஜ்ஜாஜை எதிர்த்து மேற்கொள்ளும் போர் எப்படி முடியும் என்பதை அப்துல்லாஹ் நன்கு அறிந்திருந்தார். இதனால் அவர், தன் தாயார் அஸ்மாவைச் சந்தித்து விடைபெற்றுச் செல்ல வந்தார்.

அஸ்மா, முதல் கலீபாவான அபூபக்கர் சித்தீக் அவர்களின் மூத்த புதல்வி. அப்போது அவருக்கு வயது 100. கண்பார்வை மங்கி இருந்தது.

தாயாரிடம் போரின் போக்கு குறித்து அப்துல்லாஹ் விரிவாக விவாதித்தார். 'இப்போது நான் என்ன செய்ய வேண்டும்?' என்று ஆலோசனையும் கோரினார்கள்.

அப்போது மகனிடம், 'நான் மட்டும் தன்னந்தனியாகப் போரிடுகிறேன். அதனால் கீழ்ப்படிந்து செல்வதைத் தவிர வேறு வழியில்லை என்று நீ கருதினால், அது உன் சான்றோரின் போக்கல்ல. நீ எது வரையில் உயிர் வாழ்ந்திடுவாய்? என்றாவது ஒரு நாள் மரணம் அடையத்தானே போகிறாய்? எனவே, நற்பெயருடன் மரணமாகு. அப்போது நான் பெருமைப்படுவேன்' என்றார்கள் அஸ்மா.

'என் அன்புத்தாயே, ஷாம் தேசத்து மக்கள் என்னைக் கொன்று, எனது உடலைப் பலவிதமாகச் சிதைத்துவிடுவார்களோ என்ற பயம் எனக்கு உள்ளதே?' என்று அப்துல்லாஹ் சொன்னார்கள்.

'மகனே... ஆட்டை அறுத்த பிறகு அதன் தோலை உரிப்பதாலோ, அதன் சதைகளைக் கொத்துவதாலோ அதற்கு எந்த வேதனையும் ஏற்படாது'– இது அஸ்மாவின் பதில்.

உண்மையில் அப்துல்லாஹ் எதற்காக இவ்வாறு கேட்டார் என்றால், தம்மைக் கொன்று உடலைக்

கோரப்படுத்திவிடுவார்கள் என்ற அச்சத்தால் அல்ல. மாறாகத் தனது வயது முதிர்ந்த தாயார், இந்தத் துயரத்தை எவ்வாறு தாங்கிக்கொள்ளப் போகிறார்கள் என்பதை அறிவதற்காகத்தான்.

தாயாரிடம் விடைபெற்றுச் சென்ற அப்துல்லாஹ் அவர்கள், வீரத்துடன் போரில் குதித்து மரணத்தை மகிழ்ச்சியோடு ஏற்றுக்கொண்டார்கள். அவரது உடலைத் தாயாரிடம் ஒப்படைக்காமல், கழுமரத்தில் கட்டி ஹஜ்ஜாஜ் தொங்கவிட்டார்.

மறுநாள் அன்னை அஸ்மா, வேலைக்காரப் பெண் ஒருவரின் துணையுடன் மகனின் உடலைத் தேடி வந்தார். கழுமரத்தில் கிடந்த மகனின் உடலைக் கண்டு அஸ்மா மனம் கலங்கவில்லை. அப்போது கூட, 'இஸ்லாத்தின் வீரத் திருமகன், இன்னும் குதிரையைவிட்டு இறங்கவில்லையே?' என்று அஸ்மா கூறினார்.

இந்த வீரம் செறிந்த வார்த்தைகள் ஹஜ்ஜாஜை எட்டியது. அவர் நேராக அஸ்மாவிடம் வந்தார்.

'உம்முடைய மகனுக்கு நான் நல்ல பாடம் புகட்டி இருக்கிறேன்' என்றார்.

'நீ என்னுடைய மகனின் உலக வாழ்க்கையைத்தான் பாழ்படுத்தினாய். ஆனால், என் மகனோ உனது மறுமை வாழ்வைப் பாழ்படுத்திவிட்டான்' என்று அஸ்மா பதில் அளித்தார்கள்.

இதற்கிடையே, 'அப்துல்லாஹ்வின் உடலை அவருடைய தாயாரிடம் ஒப்படைத்துவிடவும்' என்று கலீபா மாலிக்கிடம் இருந்து உத்தரவு வந்தது.

சிதைந்த நிலையில் இருந்த தன் திருமகனை உரிய பேணுதலுடன் குளிப்பாட்டி, நல்லடக்கம் செய்த அன்னை அஸ்மா– ஒரு வாரத்திற்குள் மக்கா மாநகரில் மரணமடைந்தார்கள்.

29. தாகம் தீர்த்த கிணறு

நபிகளாரும், தோழர்களும் மதீனாவில் வாழ்ந்த நேரம். கோடை வெயில் கொளுத்தும் காலம். அதோடு குடிநீர் பஞ்சமும் சேர்ந்துகொண்டதால் அங்கு மக்கள் பெரிதும் அவதிப்பட்டனர்.

மதீனாவில் குடிநீர் கிணறுகள் பல இருந்தன. அவற்றில் சில வறண்டுவிட்டன. சில கிணறுகள் அடியோடு உப்பு நீராக மாறிவிட்டன. சுவை நீர், சில கிணறுகளில் மட்டுமே கிடைத்தது. அந்தக் கிணறுகளும் யூதர்கள் வசம் இருந்தன.

அவர்கள் நீரை அதிக விலைக்கு விற்று பணம் சேர்ப்பதிலேயே கண்ணும் கருத்துமாக இருந்தனர். மேலும் தண்ணீர் எடுக்க போன இஸ்லாமியப் பெண்களைக் கிண்டலும், கேலியும் செய்தனர்.

இந்தப் பிரச்சினைக்கு எப்படியாவது தீர்வு காண வேண்டும் என்று நபிகளார் முடிவு செய்தார்கள். ரமலான் மாத மாலையில் நோன்பு திறப்பதற்கான (இப்தார்) நேரம் வந்தது. பெருமானாரும், தோழர்களும்

பள்ளிவாசலில் இருந்தார்கள். பேரீச்சம் பழங்களைத் தின்று, தண்ணீரைக் குடித்து நபிகளாரும், தோழர்களும் நோன்பு திறந்தார்கள்.

அப்போது அண்ணல் நபி அவர்கள், "இந்த நீர் மிகவும் சுவையாக இருக்கிறதே? இது எந்தக் கிணற்று நீர்?" என்று கேட்டார்கள்.

அப்போது ஒரு தோழர், "இது அகீக் கிணற்று நீர். மிகுந்த சுவையும், குளிர்ச்சியும் உடையது" என்று கூறினார்.

உடனே பெருமானார் அவர்கள், "இந்தக் கிணற்றை விலைக்கு வாங்கி முஸ்லிம்களுக்கு உடைமையாக்குபவர் உங்களில் எவரோ– அவருக்குச் சொர்க்கம் நிச்சயம் என்று நான் உறுதி கூறுகிறேன்" என்று அறிவித்தார்கள்.

இதைக்கேட்டதும் முஸ்லிம்கள் அளவில்லாத ஆனந்தம் கொண்டார்கள். "என்ன விலை கொடுத்தாலும், அந்தக் கிணற்றை வாங்கியே தீருவேன். பின்னர் அதை பொதுமக்களுக்காக 'வக்பு' செய்வேன்" என்று அங்கேயே உதுமான் அவர்கள் தெரிவித்தார்கள்.

மாலை நேரத் தொழுகை (மக்ரிப்) முடிந்ததும், உதுமான் அவர்கள் அகீக் பள்ளத்தாக்கு நோக்கி சென்றார்கள். கிணற்றை விலை பேசினார்கள். அந்தக் கிணற்றுக்கும், அதைச் சுற்றியுள்ள தோட்டத்திற்கும் யூதன் ஒருவன்தான் சொந்தக்காரன். இஸ்லாத்தின் மீது அழுக்காறு மனம்கொண்ட அவனோ முஸ்லிம்களுக்குக் கிணற்றுத் தண்ணீரை அதிக விலைக்கு விற்றுவந்தான். அதனால் கிணற்றைக் கொடுக்க முதலில் மறுத்தான்.

உதுமான் அவர்களின் வள்ளல் குணத்தை அறிந்திருந்த அவன், பின்னர் விலையைப் பல மடங்கு உயர்த்தி பேரம் பேசினான். அதுவும் கிணற்றின் சரிபாதி உரிமையை மட்டுமே தருவதாகக் கூறினான். அதை ஏற்று பாதி உரிமையை 12 ஆயிரம் திர்ஹங்கள் கொடுத்துப் பெற்றார்கள், உதுமான் அவர்கள்.

கிணற்று நீர் ஒரு நாள் உதுமான் அவர்களுக்கும், மறுநாள் யூதனுக்கும் என முடிவு செய்யப்பட்டது. உதுமான் அவர்களின் முறை நாளன்று முஸ்லிம்கள் தங்கள் மறுநாள் தேவைக்கான நீரையும் சேமித்துக்கொண்டனர். யூதனின் முறை நாளன்று, அவனது வருவாய் வெகுவாகக் குறைந்துபோனது.

இதனால் கவலை அடைந்த அவன், கிணற்றின் மறுபாதி உரிமையையும் விற்க முன்வந்தான். உதுமான் அவர்கள் அதை 8 ஆயிரம் திர்ஹங்கள் கொடுத்து வாங்கி முழு கிணற்றின் உரிமையையும் பெற்றார்கள். பின்னர் அதை மக்களுக்கு 'வக்பு' செய்தார்கள். மதீனா மாநகரே மகிழ்ச்சியில் மிதந்தது.

30

உழைத்து உண்

ஒரு நாள் அண்ணல் நபி அவர்களிடம் ஓர் இளைஞன் சென்று யாசகம் கேட்டான். அவனை ஏறிட்டுப் பார்த்தார்கள். அவனோ நல்ல நலமும், கட்டுக்குலையாத உடல் வலிமையும் உள்ளவனாக இருந்தான். அவனை ஏற இறங்கப் பார்த்த பெருமானார், 'உன் வீட்டில் ஏதாவது பொருட்கள் இருக்கின்றனவா?' என்று வினவினார்கள். உடனே அவன், 'ஒரே ஒரு போர்வை இருக்கிறது' என்றான்.

அதைக்கொண்டு வரும்படி அண்ணலார் கூறினார்கள். வீட்டுக்கு விரைந்துசென்ற அந்த இளைஞன், அந்தப் போர்வையைக் கொண்டுவந்து நபிகளாரிடம் கொடுத்தான். தோழர்கள் மத்தியில் அந்தப் போர்வையை அண்ணல் நபி அவர்கள் ஏலம் விட்டார்கள். அதில் கிடைத்த பணத்தில் பாதிக்கு உணவு வாங்கிச் சாப்பிடுமாறும், மீதியுள்ள பணத்தில் கோடரி ஒன்று வாங்கி வருமாறும் பணித்தார்கள். அவ்வாறே அந்த இளைஞனும் செய்தான். அதை அவனிடமே கொடுத்து, 'காட்டுக்குச் சென்று இந்தக் கோடரியால் விறகுகளை வெட்டி வா. அவற்றைக் கடைவீதியில் விற்று பிழைத்துக்கொள். பிச்சை எடுப்பதைவிட உழைத்துப் பிழைப்பதே சிறந்தது' என்று அறிவுரை கூறி அண்ணல் நபி அனுப்பி வைத்தார்கள்.

நாட்கள் பல கழிந்தன. ஒருநாள் மீண்டும் அந்த இளைஞன் நபிகளாரிடம் வந்தான். 'நீங்கள் கூறிய

அறிவுரைப்படி நான் விறகு வெட்டிப் பிழைத்து வருகிறேன். உழைப்புக்கேற்ற வருவாய் எனக்குக் கிடைக்கிறது. நானும், என் குடும்பத்தினரும் மகிழ்ச்சியுடன் இருக்கிறோம். பிறரிடம் யாசகம் கேட்கும் அவசியம் இல்லை' என்று கூறினான். இதைக்கேட்ட அண்ணலார், காய்ப்பு ஏறிய அந்த இளைஞனின் உள்ளங்கையில் முத்தமிட்டார்கள்.

மதீனா மாநகரில் ஒரு மனிதர் எப்போதும் பள்ளிவாசலில்தான் காணப்பட்டார். அவர் எந்த நேரமும் இறைவணக்கத்திலும், தியானத்திலும் ஈடுபட்டு வந்தார். எந்த வேலையும் பார்ப்பதாகத் தெரியவில்லை. பல நாட்கள் இந்தக் காட்சியை நபிகளார் கண்டார்கள்.

ஒரு நாள் அங்கிருந்தவர்களிடம், அந்த மனிதரைச் சுட்டிக்காட்டி, 'யார் இவர்?' என்று வினவினார்கள்.

அதற்கு அவர்கள், 'இவர் சிறந்த பக்திமான், இரவும் பகலும் இறைவணக்கத்தில் ஈடுபட்டபடி இருப்பார்' என்று பதில் அளித்தார்கள்.

'நீங்கள் சொல்வது சரி. ஆனால், அவரது வாழ்க்கை எப்படி நடக்கிறது?' என்று நபிகள் கேட்டார்கள்.

'அவருடைய சகோதரர், விறகு வெட்டி பிழைத்து வருகிறார். அவர்தான் இவருக்கு உதவி செய்து வருகிறார்' என்றார்கள். 'எந்த நேரமும் இறைவனை வணங்கும் இவரைவிட, விறகு வெட்டிப் பிழைக்கும் இவருடைய சகோதரர் ஆயிரம் மடங்கு மேலானவர். குடும்பத் தேவைக்காக நியாயமான வழியில் சம்பாதிப்பதும் ஒரு வகையில் இறை வணக்கம்தான் என்பதை இந்த மனிதருக்கு எடுத்துச்சொல்லுங்கள்' என்று நபிகளார் கூறினார்கள். அந்தக் கருத்தை அறிந்த அவர் அன்று முதல் தொழுகை நேரங்களில் மட்டுமே பள்ளிவாசலுக்கு வந்து, இறை வணக்கத்தில் ஈடுபட்டார். இதர நேரங்களில் தன் சகோதரருக்கு உதவியாக விறகு வெட்டினார்.

'கொடுக்கிற கை, வாங்குகிற கையை விட சிறந்தது'- 'உழைத்து உண்ணும் உணவே, மிகச்சிறந்தது' என்ற அண்ணலாரின் அமுத மொழிகளை உணர்த்தும் நிகழ்ச்சிகள் இவை.

31

அண்ணனை மாற்றிய தங்கை

இஸ்லாமியப் பேரரசின் இரண்டாம் கலீபாவாகப் பொறுப்பேற்று சிறப்பாக ஆட்சி புரிந்த உமர் (ரலி) அவர்கள், தொடக்கத்தில் இஸ்லாத்தை ஏற்றுக்கொண்ட சம்பவம் சுவையானது.

கொடியவன் அபூஜஹல், 'நம்முடைய தெய்வங்களைப் பழிக்கும் முகம்மதின் தலையைக் கொய்து வருபவருக்கு நூறு செந்நிற ஒட்டகங்கள் பரிசளிக்கப்படும்' என்று அறிவித்தான்.

அந்தக் கொடியவனின் கோரிக்கையை ஏற்று, 'முகம்மதைக் கொல்லாமல் திரும்ப மாட்டேன்' என்று சூளுரைத்து– உருவிய வாளுடன் உமர் அவர்கள் சென்றுகொண்டிருந்தார்கள்.

அப்போது வழியில் அவர்களை நுஐம் என்பவர் நிறுத்தி, 'உமரே! எங்கே இந்தக் கோலத்தில்?' என்று கேட்டார். "மக்களை வழி கெடுக்கும் முகம்மதைக் கொல்வதற்காகச் சென்றுகொண்டிருக்கிறேன்" என்று உமர் பதில் அளித்தார்கள்.

'உமரே! முகம்மதைக் கவனிப்பதற்கு முன்னால் உம்முடைய வீட்டாரை அல்லவா நீர் கவனிக்க வேண்டும்' என்று நுஐம் கூறினார்.

இதைக் கேட்ட உமர் அவர்கள், 'என் வீட்டாரிடம் என்ன கண்டீர்?' என்று வினவ– அதற்கு அவர், 'உம்முடைய தங்கை பாத்திமாவும், அவருடைய கணவர் ஸயீதும், முகம்மது கொண்டு வந்த மார்க்கத்தைப் பின்பற்றுகிறார்கள். அது உமக்குத் தெரியுமா?' என்று கேட்டார்.

இதைக் கேட்டதும் உமர் அவர்களின் கோபம் தங்கை பாத்திமா மீது திரும்பியது. தங்கை வீடு இருக்கும் திசை நோக்கித் திரும்பினார்கள்.

அங்கே பாத்திமா– ஸயீத் ஆகியோருக்கு கப்பாப் என்பவர் திருக்குர் ஆனை கற்றுக் கொடுத்துக்கொண்டிருந்தார். தாழிடப்பட்ட கதவு இடுக்கு வழியாக உமர் அவர்கள் செவியைத் தாழ்த்திக் கேட்டபோது, உள்ளே இனிமையாக ஓதப்படும் குரல் கேட்டது. கதவைத் தடதடவெனத் தட்டிய உமர் அவர்களின் குரலைக் கேட்டதும், கப்பாப் ஓடி ஒருபுறம் ஒளிந்துகொண்டார். 'திருக்குர்ஆன்' வசனங்கள் அடங்கிய சுவடிகளை மறைத்தபடி பாத்திமா கதவைத் திறந்தார்.

'இந்த வீட்டில் இருந்து சற்றுமுன் நான் கேட்ட குரல் எத்தகையது?' என்று உமர் கேட்டார்கள். பாத்திமா அச்சத்துடன், 'ஒன்றுமில்லை; நாங்கள் உரையாடிக்கொண்டிருந்தோம்' என்று பதில் உரைத்தார். அதற்கு உமர் அவர்கள், 'நீங்கள் இருவரும் முகம்மதின் மார்க்கத்தைப் பின்பற்றியதாகக் கேள்விப்பட்டேனே. அது உண்மைதானா?' என்று கோபமுடன் கேட்டார்கள். ஸயீத்தைப் பிடித்து கீழே தள்ளினார்கள். பலமாகத் தாக்கினார்கள்.

கணவரைக் காக்க பாத்திமா குறுக்கே சென்றபோது, அவர் மீது அடி விழுந்தது. அதில் நெற்றி பிளந்து ரத்தம் பீறிட்டது. தங்கையின் பொன்னிற மேனி,

செந்நிறமாக மாறியதைக் கண்டு உமர் அவர்கள் கண் கலங்கினார்கள்.

அப்போது கணவனும், மனைவியும்– 'நாங்கள் இருவரும் வெகுநாட்களுக்கு முன்பே இஸ்லாத்தைத் தழுவிவிட்டோம். அல்லாஹ் மீதும், அவனுடைய திருத்தூதர் மீதும் நம்பிக்கை வைத்துள்ளோம். எங்கள் மனதை மாற்ற உங்களால் ஒருக்காலும் முடியாது. உம்மால் முடிந்ததைச் செய்துகொள்ளும். ஆனால், சத்திய மார்க்கத்தை நாங்கள் கைவிடப் போவதில்லை' என்று ஒருமித்த குரலில் கூறினார்கள்.

உறுதியுடன் வெளிவந்த அந்த வார்த்தைகள் உமர் அவர்களின் உள்ளத்தை ஊடுருவின. தனது முரட்டுத்தனத்தை எண்ணியதும் கண்கள் பனித்தன. கோபம் அகன்றது.

தங்கையின் கரங்களில் இருந்த 'திருக்குர்ஆன்' சுவடிகளைக் காட்டுமாறு உமர் அவர்கள் கேட்டார்கள். 'முடியாது! நீர் அவற்றைக் கிழித்தெறிந்து விடுவீர்' என்று கூறி அதைக் கொடுக்க மறுத்தார், பாத்திமா.

'நீங்கள் அச்சப்படத் தேவையில்லை. படித்துவிட்டு திரும்பித் தந்துவிடுகிறேன்' என்று உமர் அவர்கள் உறுதிபட கூறினார்கள்.

'இது இறைமறை வசனமாகும். தூய்மையாளர்களைத் தவிர, வேறு யாரும் தொடக்கூடாது. எனவே, குளித்துவிட்டு தூய்மையுடன் வந்தால் தருகிறேன்' என்று பாத்திமா பதில் அளித்தார்.

குளித்துவிட்டு வந்த உமர் அவர்கள், தங்கையின் கையில் இருந்த 'திருக்குர்ஆன்' சுவடிகளைப் பெற்று ஓதத் தொடங்கினார்கள். 'நபியே! அஞ்சக்கூடியவர்களுக்கொரு நல்லுபதேசமாகவே அன்றி நீர் துன்பப்படுவதற்காக இந்தக் குர்ஆனை நாம் உம்மீது இறக்கி அருளவில்லை.'

(திருக்குர்ஆன் 20:1)

இதை ஓதிய உமர் அவர்கள், 'என்ன இனிமையான வசனங்கள்; எவ்வளவு அழகான கருத்துகள்' என்று கூறினார்கள். இதன்பிறகு, 'குரைஷிகள் இதைத்தான் எதிர்க்கிறார்களா?' என்று வினா எழுப்பிய உமர் அவர்கள், அண்ணல் நபி அவர்களைச் சந்தித்து இஸ்லாத்தில் இணைந்தார்கள்.

பாத்திமாவின் உறுதியான கொள்கைப் பிடிப்பே உமர் அவர்களின் உள்ளத்தில் இந்த மாபெரும் மாற்றத்தை ஏற்படுத்தியது.

32
தியாகிகளின் தலைவர்

அண்ணல் நபி அவர்களின் பாட்டனார் முத்தலிப் அவர்களின் புதல்வர் ஹம்சா (ரலி) அவர்கள். உறவு முறையில் நபிகள் நாயகத்தின் சிறிய தந்தை. ஸுவைபா என்ற செவிலித்தாயிடம் பால் குடித்த வகையில் அண்ணலாரின் பால்குடி சகோதரரும் ஆவார்.

அவர்களுக்கிடையே வயது வித்தியாசமும் அதிகமில்லை. பெருமானாரைக் காட்டிலும் ஹம்சா அவர்கள் 2 ஆண்டுகள் மூத்தவராக இருந்தார்கள். இதனால் நபிகளாரின் உயர்ந்த ஒழுக்கம் குறித்து ஹம்சா அவர்கள் நன்கு அறிந்திருந்தார்கள்.

நபித்துவம் பெற்ற செய்தி ஹம்சா அவர்களது குடும்பத்தில் வேரூன்றி மக்கா மாநகரில் பரவி 38 பேர் இஸ்லாத்தை ஏற்றுக்கொண்ட நிலையிலும், அது ஹம்சா அவர்களின் உள்ளத்தில் எந்த மாற்றத்தையும் ஏற்படுத்தவில்லை.

மற்போரிலும், வேட்டையாடுவதிலும் ஹம்சா அவர்களுக்கு அளப்பரிய ஈடுபாடு இருந்தது. ஒருநாள்

வேட்டையாடிவிட்டு திரும்பி வரும்போது அடிமைப்பெண் ஒருத்தி, அவர்களைச் சந்தித்து– 'சற்று முன்பாக நீங்கள் வந்திருந்தால், உங்கள் அண்ணன் மகனின் நிலையை நீங்கள் கண்டிருப்பீர்கள். அண்ணல் நபி அவர்கள் 'கஅபா'வில் தமது மார்க்கம் பற்றி போதனைகள் செய்துகொண்டிருந்தார்கள். அப்போது அவர்களை அபூஜஹல் கடுமையாக ஏசி துன்புறுத்தினார். இருந்தபோதிலும் நபிகளார் எதிர்வாதம் புரியாமல் மனம் உடைந்தவராகச் சென்று விட்டார்கள்' என்று தெரிவித்தாள்.

இதைக் கேட்டதும் ஹம்சா (ரலி) அவர்களுக்கு கோபம் கொப்பளித்தது. 'கஅபா'வை நோக்கி விரைந்தார்கள். அங்கு அபூஜஹல் தன் நண்பர்களுடன் அமர்ந்து பேசிக்கொண்டிருந்தார். திடீரென்று ஒரு அம்பை உருவி, அவரது தலையில் ஹம்சா ஓங்கி அடித்தார்கள். அருகில் இருந்தவர்கள் திடுக்கிட்டு எழுந்தனர்.

'நீரும்கூட உம் முன்னோரின் மார்க்கத்தைவிட்டு விலகிவிட்டதாகத் தோன்றுகிறதே?' என்று கேட்டனர்.

உடனே ஹம்சா அவர்கள், 'என் மீது உதயமாகிவிட்டால் என்னைத் தடுத்து நிறுத்தக்கூடியவர் யார்? இப்போது நான் முகம்மது (ஸல்) அவர்கள் அல்லாஹ்வின் தூதர் என்றும், அவர் கூறுவதெல்லாம் உண்மை என்றும் முழங்குகிறேன். நான் இஸ்லாத்துக்கு எதிராக எதையும் செய்யமாட்டேன். உங்களால் முடிந்தால் என்னைத் தடுத்துப் பாருங்கள்' என்று ஆவேசமாகக் கூறினார்கள்.

நபிகளாரின் போதனைகளை ஹம்சா அவர்கள் ஏற்றுக்கொள்வதாக அறிவித்தது, குரைஷிகளை அதிர்ச்சியில் ஆழ்த்தியது.

சிறிது காலத்திற்கு பிறகு 'பத்ர்' என்ற இடத்தில் நடந்த போரில் தோல்வி கண்ட குரைஷிகள், ஹம்சா அவர்களைப் பழிக்குப்பழி வாங்க சரியான சந்தர்ப்பத்தை எதிர்நோக்கி காத்திருந்தார்கள்.

மீண்டும் உஹது என்னும் இடத்தில் போர் மூண்டது. பிரபலமான குரைஷிகளில் பலரை ஹம்சா அவர்கள் கொன்று குவித்தார்கள். இதனால் அவர்கள் வெகுண்டெழுந்து ஹம்சாவை எப்படியாவது கொல்ல கங்கணம் கட்டினார்கள்.

'பத்ர்' போரில் ஜுபைர் என்பவரின் சிறிய தந்தை கொல்லப்பட்டுவிட்டார். அதற்குப் பழிவாங்கும் வகையில் ஹம்சா அவர்களைக் கொல்ல வஹ்ஷீ என்னும் அடிமையை ஜுபைர் ஏற்பாடு செய்திருந்தார். இச்செயலைச் செய்துமுடித்தால் அவனுக்கு விடுதலை அளிப்பதோடு, பெரும் பொருளும் பரிசாக அளிக்கப்படும் என்ற ஆசை வார்த்தைகள் அள்ளித் தெளிக்கப்பட்டன.

ஒரு பாறைக்கு பின்னால் ஒளிந்திருந்த வஹ்ஷீ, ஹம்சா அவர்களைத் தாக்குவதற்குத் தக்க தருணத்தை எதிர்நோக்கிக் காத்திருந்தான். போரிட்டுக்கொண்டே அந்தப் பாறைக்கு அருகில் வந்தபோது– கனத்த ஆயுதம் ஒன்றை ஹம்சா அவர்கள் மீது குறிவைத்துத் தாக்கினான்.

அந்தக் கொடிய ஆயுதம் ஹம்சா அவர்களை வீழ்த்தி உயிரைப் பறித்தது. 'பத்ர்' போரில் அபூசுபி யானின் மனைவியான ஹிந்தாவின் குடும்பமே பூண் டோடு அழிக்கப்பட்டது. இதற்கு ஹம்சா அவர்களே காரணம் என்பதை அறிந்த ஹிந்தா, அவர்களை எப்படியாவது பழிதீர்க்க வேண்டும் என்ற தீர்மானத்தில் இருந்தாள்.

ஹம்சா (ரலி) அவர்கள் கொல்லப்பட்ட செய்தியை அறிந்த ஹிந்தா, தன் தந்தையைக் கொன்றவரைப் பழிவாங்கும் பாதக எண்ணத்துடன் போர்க்களத்தில் கிடந்த ஹம்சா அவர்களின் வயிற்றைக் கீறினாள். கல்லீரலைப் பிய்தெடுத்து வாயில் போட்டு, கடித்துத் துப்பினாள். காது, மூக்கு போன்ற உறுப்புகளைத் துண்டித்து, கையில் அணிகலன்களாகப் போட்டுக் கொண்டாள்.

பின்னர் மக்கா வரை அதே கோலத்துடன் சென்றாள். அபூசுபியான், மக்கா புறப்படுவதற்கு முன்பு ஹம்சா அவர்களின் உடலை ஈட்டி முனையால் சீர்குலைத்தார்.

சிறிய தந்தை ஹம்சா (ரலி) அவர்களின் உடல் கிடந்த இடத்திற்கு நபி பெருமானார் வந்தார்கள். அவர்கள் உள்ளம் உருகியது.

'ஹம்சா அவர்களே! நான் இப்போது அனுபவிக்கும் வேதனையைப் போல் எப்போதும் அனுபவித்தது இல்லை. இதுபோன்ற துயரத்தை எனக்கு இதுவரை யாரும் தந்ததில்லை. அல்லாஹ் உங்களுக்குக் கிருபை செய்வான்' என்று கண்களில் நீர்மல்கக் கூறினார்கள்.

இதன் பின் 'தியாகிகளின் தலைவர்' என்று போற்றப்பட்ட ஹம்சா அவர்களின் 'ஜனாஸா' தொழுகையை நபிகள் நாயகம் நடத்தினார்கள். ஒவ்வொரு வீரர்களின் உடலுக்கும் தனித்தனியாகத் தொழுகை நடத்தினார்கள். இவ்வாறாக எழுபது தடவை தொழுகை நடந்த பிறகு, வீரர்களின் உடல்கள் நல்லடக்கம் செய்யப்பட்டன.

33
நபிகளாரின் சாதனை

உலக வரலாற்றில் மாபெரும் அருட்பேறு அண்ணல் நபிகள் நாயகம் (ஸல்) அவர்களுக்குக் கிடைத்தது.

'நபியே! நாம் உம்மை உலகத்தாருக்கு ஓர் அருட் கொடையாகவே அனுப்பியுள்ளோம்' என்று திருமறை 'குர்ஆன்' கூறுகிறது.

அவர்கள் வாயிலாகவே திருக்குர்ஆன் வெளியானது. அவர்களின் வாழ்க்கை, மனிதச் சமுதாயத்துக்கு ஒரு முன்மாதிரி.

இதையே, 'அல்லாஹ்வின் தூதரிடத்திலே ஓர் அழகிய முன் மாதிரி இருக்கிறது' என்று 'குர்ஆன்' இயம்புகிறது.

அரபு நாட்டில் உள்ள மக்கா நகரில் கி.பி. 571-ம் ஆண்டு ரபியுல் அவ்வல் மாதம் பன்னிரண்டாம் நாள், இருள் சூழ்ந்த உலகில் ஒளி நிலவாக அண்ணல் நபி அவதரித்தார்கள்.

நாயகம் பிறப்பதற்குச் சில நாட்களுக்கு முன்பு அவர்களுடைய தந்தை அப்துல்லாஹ் மரணம் அடைந்துவிட்டார். சில ஆண்டுகளில் தாயார் ஆமினாவும்

மறைந்தார். ஆதரவற்ற நபிகளார், பாட்டனார் முத்தலிப் அரவணைப்பில் வளர்ந்தார். அவருடைய மறைவுக்குப் பிறகு பெரிய தந்தை அபூதாலிப்பின் பேராதரவு கிடைத்தது.

மற்றச் சிறுவர்களைப் போல விளையாட்டிலும், வீண் பேச்சிலும், பொழுது போக்கிலும், கேளிக்கைகளிலும் அண்ணலார் காலம் கழிக்கவில்லை. மாறாக, ஆழ்ந்த சிந்தனையில் கழித்தார்கள். இளம் வயதிலே சான்றோருக்குரிய தன்மையும், கண்ணியமிக்க நல்ல பண்பாடும், முதிர்ந்த அறிவுச் செறிவும் குடிகொண்டிருந்தன.

மக்கா அருகே உள்ள 'ஹிரா' குகையில் தியானத்தில் ஈடுபட்டார்கள். அவர்களின் புனித வாழ்வில் நாற்பதாவது வசந்தம் நிறைவானது. ரமலான் மாத இரவு நேரத்தில் குகையில் இருந்தபோது திடீரென்று வானவர் ஒருவர் நபிகளார் முன்தோன்றி, "ஓதுவீராக" என்றார்.

"எழுதப்படிக்கத் தெரியாத எனக்கு ஓதத் தெரியாதே" என்று நபிகளார் பதிலளித்தார்கள்.

"ஓதுவீராக! நபியே, படைத்த உம் இறைவன் திருப்பெயர் கொண்டு! உறைந்த ரத்தக் கட்டியில் இருந்து மனிதனை அவன் படைத்தான். ஓதுவீராக! மேலும், உம் இறைவன் எத்தகைய மாபெரும் அருட்கொடையான் எனில், அவனே எழுதுகோலால் கற்றுக் கொடுத்தான். மனிதனுக்கு அவன் அறியாது இருந்தவற்றை எல்லாம் கற்றுக் கொடுத்தான்" (திருக்குர்ஆன் *91:1*) என வானவர் சொல்ல, அண்ணலார் ஓதினார்கள்.

இதைத் தொடர்ந்து அண்ணலாருக்கு இறைச் செய்திகள் ('வஹி') வரத் தொடங்கின. இதுவே இறை வேதமான 'திருக்குர்ஆன்' என்று அழைக்கப்பட்டது.

'புகழ் அனைத்தும் அல்லாஹ்வுக்குரியதே, அவன்தான், தன் அடியார் மீது வேதத்தை இறக்கி வைத்தான்'(திருக்குர்ஆன் *18:1*). இதனால், திருக்குர்ஆன் மனிதரால் எழுதப்பட்டதல்ல என்பது உறுதியாகிறது.

"வணக்கத்திற்குரியவன் அல்லாஹ்வைத் தவிர வேறு யாருமில்லை. முகம்மது நபி (ஸல்) அவர்கள் ஏக இறைவனின் தூதராவார்' என்ற ஈமான் (இறை நம்பிக்கை) அடிப்படையில் தொழுகை, ஜக்காத், நோன்பு, ஹஜ் என்னும் ஐம்பெரும் தளங்கள் மீது இஸ்லாம் என்ற மாட மாளிகையை எழுப்பினார்கள்.

நபிகள் நாயகம் வாழ்ந்தபோது– அவர்களின் வாக்கும், வாழ்ந்த முறையும் பதிவு செய்யப்பட்டன. அதுவே 'ஹதீஸ்' என்று அழைக்கப்படுகிறது.

உலகில் தோன்றிய மகான்களும், சீர்திருத்தவாதிகளும், தலைவர்களும் எந்தக் கொள்கையைப் பிரசாரம் செய்தார்களோ– அந்தக் கொள்கையின் அடிப்படையில் ஒரு சமுதாயத்தைக் கட்டி எழுப்பவோ, நீதி நிறைந்த ஆட்சி அமைக்கவோ அவர்களால் முடியவில்லை. ஆனால் நபிகளார் இந்த இரண்டையும், தான் வாழும்போதே சாதித்துக் காட்டினார்கள்.

இந்தச் சாதனை புரிய அவர்களுக்கு தேவைப்பட்டது 23 ஆண்டுகள் மட்டும்தான்.

நபிகள் நாயகம் (ஸல்) அவர்கள் சமயத் தலைவர் மட்டுமல்ல; அரசியல் தலைவராகவும் திகழ்ந்தார். உலகில் சமயத் துறையிலும், அரசியல் துறையிலும் எத்தனையோ தலைவர்கள் தோன்றி இருக்கிறார்கள். ஆனால், தம் வாழ்நாளில் ஒரு கொள்கையைப் பிரசாரம் செய்யத் தொடங்கி– இவ்வளவு குறுகிய காலத்தில் தம்மை நேசத்தோடு, மதிப்போடும் பின்பற்றும் பெரும் சமுதாயத்தை இன்றைய உலகில் உருவாக்கிய வரலாற்றுச் சாதனை, உலகில் தோன்றிய மாமனிதர்களில் அண்ணல் நபி அவர்களுக்கு மட்டுமே உண்டு.

34
நபிகளாரின் பட்டணம்

மக்கா மாநகரில் இறை அழைப்புப் பணியில் ஈடுபட்டிருந்த அண்ணல் நபி அவர்களுக்குக் குரைஷிகள் எல்லையற்ற தொல்லை கொடுத்தனர். கொலை செய்யவும் திட்டமிட்டனர். இதனால் பெருமானார், தோழர் அபூபக்கர் சித்தீக் அவர்களுடன் மதீனா ('யத்ரிப்') மாநகருக்கு 'ஹிஜ்ரத்' செய்ய முடிவு செய்தார்கள்.

குரைஷிகளின் கொடுமை தாங்காமல் ஏற்கெனவே மதீனாவில் குடியேறி இருந்த முஸ்லிம்களின் செவிகளை இந்தச் செய்தி எட்டியது. அவர்கள் வழி மீது விழி வைத்துக் காத்திருந்தனர். ஆனால், பெருமானார் வந்து சேரவில்லை.

8-வது நாள் நண்பகல், மதீனாவில் இருந்து 3 கல் தொலைவில் உள்ள 'குபா' என்ற சிற்றூரை நபிகளார் அடைந்தார்கள். அங்கு வசித்த ஆமிர் குலத்தாரின் தலைவர் குல்தூம் அன்புடன் வரவேற்று, ஒட்டகத்தில் இருந்து இறக்கி, தனது தோட்டத்தில் உள்ள விடுதிக்கு அழைத்துச் சென்று உபசரித்தார்.

ஒட்டகங்கள் குபாவோடு நின்றுவிட்டதை அறிந்த மதீனாவாசிகள், அங்குத் திரண்டனர். அங்கு இருவர்

இருந்ததைக் கண்டதும் அவர்களில் பெருமானார் யார் என்பதை அறிய முடியாமல் மருண்டனர். அதைப் புரிந்துகொண்ட அபூபக்கர், தனது போர்வையை எடுத்து அண்ணல் மீது போர்த்தினார்கள். இதனால் அவர்களே நபிகள் என அறிந்து மதீனா மக்கள் மகிழ்ந்தனர்.

இதற்கிடையே அலி (ரலி) அவர்கள், பெருமானார் தம்மிடம் தந்த பொருட்களை எல்லாம் உரியவர்களிடம் ஒப்படைத்தார்கள். 3 நாட்கள் கழித்து குரைஷிகளின் கொந்தளிப்பு குறைந்த பிறகு, மக்கா மாநகரைத் துறந்து மதீனா நோக்கிப் புறப்பட்டார்கள். ஆனால், ஒட்டகத்தை ஏற்பாடு செய்து பயணிக்க அவர்களிடம் பணம் இல்லை.

இதனால் பகல் முழுவதும் பதுங்கியும், இரவெல்லாம் கண் விழித்தும் அலி அவர்கள் நடந்தே 'குபா' வந்து சேர்ந்தார்கள். அதை அறிந்த நபிகளார், அவரைத் தம்மிடம் அழைத்து வருமாறு ஆள் அனுப்பினார்கள். நெடுந்தூரத்தை நடந்தே கடந்ததால் கால்கள் வீக்கமுற்று, ஒரு அடியும் எடுத்து வைக்க முடியாத நிலையில் அலி அவர்கள் இருப்பதை அறிந்ததும் அண்ணல் நபியே நேரில் சென்று அலி அவர்களைக் கட்டித் தழுவி ஆனந்தக் கண்ணீர் சொரிந்தார்கள்.

இதன்பின்னர் 'குபா'வில் சில நாட்கள் தங்கி இருந்த அண்ணலார், அங்கிருந்து புறப்பட்டார்கள். மதீனா எல்லையில் உள்ள பள்ளத்தாக்கில் ஜும்மா தொழுகையை நிறைவேற்றி மக்களிடையே பேருரை நிகழ்த்தினார்கள். இதுவே முஸ்லிம்களின் முதல் ஜும்மா தொழுகை (வெள்ளிக்கிழமை சிறப்புத் தொழுகை) ஆகும். இந்தத் தொழுகையில் 100 பேர் பங்கேற்றனர்.

பிறகு அங்கிருந்து புறப்பட்டு நபிகளார், மதீனாவை அடைந்தார்கள். ஆண்களும், பெண்களும், குழந்தைகளும் அண்ணலாரை ஆனந்தத்துடன் வரவேற்றனர். 'இறைத்தூதர் வருகிறார்கள்' என்ற ஒலி கேட்டு வீடுகளில் இருந்த

பெண்கள் திரை விலக்கி, ஜன்னலின் வழியாக நபிகளாரைப் பார்த்தனர். இந்த அன்பான வரவேற்பைக் கண்டு உள்ளம் நெகிழ்ந்த நபிகளார், இறைவனைப் போற்றினார்கள்.

பெருமானார் வந்து குடியேறியதன் நினைவாக யத்ரிப் மக்கள் அன்று முதல் தங்கள் ஊரின் பெயரை 'மதீனத்துந் நபி' (நபிகளாரின் பட்டணம்) என்று அழைக்கலானார்கள். அதுவே சுருங்கி 'மதீனா' ஆனது.

35. இஸ்லாமிய ஆண்டு

அண்ணல் நபி அவர்கள் மதீனா வரும் செய்தியை அறிந்து மகிழ்ந்த மக்கள் தங்கள் வீதிகளையும், வீடுகளையும் அலங்கரித்தனர். நபிகளார் வந்ததும், ஒவ்வொருவரும் தங்கள் இல்லத்திலேயே தங்க வேண்டும் என்று வேண்டினர்.

அண்ணலார் சிந்தித்தார்கள். பின்னர் அங்கு திரண்டிருந்தவர்களை நோக்கி, 'யாருடைய வீட்டில் தங்க வேண்டும் என்பது என் வசத்தில் இல்லை. அது இறைவனின் விருப்பத்தைச் சார்ந்தது. நான் அமர்ந்து இருக்கும் ஒட்டகத்தை அதன் போக்கில் விடுகிறேன். அது எங்குப் போய் நிற்குமோ அதையே நான் தங்குவதற்கு இறைவன் நிர்ணயித்துள்ள இடமாகக் கருதி அங்கு தங்குவேன்' என்றார்கள்.

இதன் பின்னர் ஒட்டகத்தின் மூக்கணாங்கயிற்றைக் கையில் இருந்து லேசாக நழுவவிட்டு அதன் போக்கில் செல்லவிட்டார்கள். ஒட்டகம் நடந்தது. ஒவ்வொரு வீட்டின் சொந்தக்காரர்களும், 'ஒட்டகம் நம் வீட்டின்

முன் நின்றுவிடாதா?' என்று ஏங்கினார்கள். அது தங்கள் வீட்டைக் கடந்து செல்வதைக் கண்டதும் ஏமாற்றம் அடைந்தனர். அது யார் வீட்டு முன் நிற்கப்போகிறதோ, அத்தகைய பேறு பெற்றவர் யார் என்பதை அறியும் ஆவலில் மதீனாவாசிகள் ஒட்டகத்தின் பின்னால் சென்றனர்.

இறுதியில், அபூ அய்யூப் (ரலி) அவர்கள் வீட்டின் முன்பு ஒட்டகம் நின்றது. அண்ணல் அவர்கள், ஒட்டகத்தில் இருந்து இறங்கவில்லை. தான் பற்றி இருந்த கயிற்றைச் சற்று தரையில் விட்டார்கள். சிறிது தூரம் சென்ற ஒட்டகம் மீண்டும் அதே இடத்திற்கு வந்து படுத்துக்கொண்டது. இதைப் பார்த்ததும் அபூ அய்யூப் அவர்கள் அளவில்லாத மகிழ்ச்சி அடைந்தார்கள்.

பெருமானாரின் தாய் வழிப்பாட்டனார் வகையில் உறவினரான அவர்களின் இயற்பெயர் காலித் பின் ஜைத். வீடோ ஈரடுக்கு கொண்டது. அண்ணல் அவர்களை மேல் வீட்டில் தங்கச் செய்வதற்கான ஏற்பாடுகள் நடந்தன. ஆனால், நபிகளார் தன்னைச் சந்திக்க வரும் தோழர்களுக்கு சிரமம் ஏற்படாமல் இருக்க கீழ் வீட்டில் தங்குவதற்கு விருப்பம் தெரிவித்து அங்கே தங்கினார்கள்.

அன்றைய தினம் முழுவதும் அண்ணலாருக்குப் பணிவிடை செய்வதிலே நேரத்தைக் கழித்த அபூ அய்யூப், இரவு வந்ததும் தூங்குதற்கு மனைவியுடன் மேல் வீட்டுக்குச் சென்றார். அப்போது அவர்களின் உள்ளத்தில் ஓர் அச்சம் எழுந்தது.

தங்களின் நடமாட்டத்தால் மேற்கூரையின் தூசு நபிகளார் மீது விழுந்துவிடுமோ என்ற பயத்துடனே கணவனும், மனைவியும் கவனமாக நடந்தனர். ஆனாலும், அவர்களின் காலில் தட்டுப்பட்டு, தண்ணீர் பானை உருண்டது. அதில் இருந்த நீர், கீழே வழிந்தோடி அண்ணலாரை நனைத்துவிடுமோ என்று நினைத்து, வைத்திருந்த ஒரே போர்வையால் அந்தத் தண்ணீரைத் தோய்த்தெடுத்தனர்.

நடுங்கும் குளிரை அந்த ஈரப் போர்வையைக் கொண்டு அன்றைய இரவைக் கழித்தனர்.

'இறைத்தூதர் கீழே தங்கி இருக்க— அவர்களின் தலைக்கு மேல் தாங்கள் நடமாடுவதா?' என்ற நினைப்பு அவர்களின் மனதை அழுத்தியது. இதனால் மறுநாள் இரவும் அவர்களுக்குத் தூக்கம் வரவில்லை.

விடிந்ததும் பெருமானாரைச் சந்தித்த அபூ அய்யூப் அவர்கள், தங்களின் அமைதியின்மை— தூக்கம் இல்லாமல் இரவுகளைக் கழித்த நிலைமையை எடுத்துரைத்தார்கள். இதனால் இருப்பிடத்தை மேல் தளத்திற்கு மாற்றிக்கொண்ட பெருமானார், ஏறத்தாழ 7 மாதங்கள் அங்கேயே தங்கி இருந்தார்கள். மதீனா நகரில் புனிதப் பள்ளி எழுப்பப்பட்டு, நபிகளாரின் குடும்பம் தங்குவதற்கு அதையொட்டி வீடுகள் அமைக்கப்படும்வரை அபூ அய்யூப் அவர்களின் இல்லமே நபிகளார் தங்கும் இடமாகத் திகழ்ந்தது.

அண்ணல் அவர்கள் மதீனா சென்ற நாளில் இருந்துதான் இஸ்லாமிய ஆண்டு (ஹிஜ்ரி) கணக்கிடப்பட்டது. பின்னர் கலீபா உமர் அவர்கள், இஸ்லாமிய வருடப் பிறப்பான 'முஹரம்' மாதத்தில் இருந்து ஹிஜ்ரி ஆண்டின் கணக்கை நிர்ணயித்தார்கள்.

36

நபிகளுக்குப் பாலூட்டிய வளர்ப்புத்தாய்

ஒரு அதிகாலை நேரம். அன்னை ஆமினா, மக்கா மாநகரில் அண்ணல் நபி அவர்களை ஈன்றெடுத்தார்கள்.

தன் அன்புத்தந்தை அப்துல்லாஹ்வைக் காணும் பேறு பெறாத பேரனுக்கு, பாட்டனார் அப்துல் முத்தலிப் விருந்தொன்றை நடத்தி அனைவர் முன்னிலையிலும் ‘முகம்மது’ என்று பெயர் சூட்டினார். அன்னையோ ‘அகமது’ என்ற பெயரில் தன் கண்மணியைச் செல்லமாக அழைத்து வந்தார்.

அன்றைய அரபுநாட்டில் செல்வந்தர் வீடுகளில் பிறக்கும் குழந்தைகளைச் சுற்றுப்புற கிராமங்களில் உள்ள செவிலித்தாய்களிடம் ஒப்படைத்து வளர்க்கச் செய்வது வழக்கம். இதற்கு இரு காரணங்கள். ஒன்று– குழந்தைகள் கிராமப்புறங்களில் நல்ல காற்றோட்டத்தில் வளர்ந்தன; இன்னொன்று– நல்ல பராமரிப்பும், ஆரோக்கியமான உணவும் கிடைத்தன.

கிராமப்புற ஏழைப் பெண்கள், நகரங்களுக்குச் சென்று குழந்தைகளை வாங்கிக்கொண்டு சில ஆண்டுகள் வளர்த்து மீண்டும் பெற்றோரிடம் ஒப்படைப்பார்கள். இப்படி வளர்ப்பதற்காக அவர்களுக்கு அளப்பரிய

பாத்திமா மைந்தன் ● 123

அன்பளிப்புகள் வழங்குவதும் உண்டு. அப்படித்தான், நபிகளார் பிறந்தபோதும் சில செவிலியர்கள் மக்கா மாநகர் வந்தார்கள். அவர்களுக்கெல்லாம் வசதியான இல்லத்துக் குழந்தைகள் கிடைத்தன.

தந்தை இல்லாத குழந்தை என்பதால், போதிய சன்மானம் கிடைக்காது என்று கருதி– குழந்தை முகம்மதுவை யாரும் ஏற்கவில்லை. இறுதியில் கைக்குழந்தையோடும், கணவர் ஹாரித்துடனும் சோர்ந்து போய் வந்துசேர்ந்தார், ஹலீமா என்ற பெண்மணி.

தந்தை இல்லாத குழந்தையை ஏற்பதற்கு ஹலீமா சிறிது தயங்கினார். அவரது முகக்குறிப்பை உணர்ந்த முத்தலிப், 'பெண்ணே, கவலைப்பட வேண்டாம். இந்தக் குழந்தையைக் கண்ணும் கருத்துமாகப் பாதுகாத்து வளர்த்து வருவீர்; உமக்கு மற்றவர்களைப் போன்றோ அல்லது அதற்கு அதிகமாகவோ நான் அன்பளிப்பு அளிப்பேன்' என்றார்.

அப்துல் முத்தலிப் அவர்களிடம் இருந்து குழந்தையை வாங்கிய ஹலீமா, தனது மடி மீது அமர்த்தி பாலூட்ட முன்வந்தார். செவிலித்தாயின் முகத்தைக் களிப்புடன் நோக்கிய குழந்தை, தாயமுதைச் சுவைக்கத் தொடங்கியது. அடடா... என்ன அதிசயம்! வறுமை காரணமாக வறண்டு போயிருந்த ஹலீமாவின் மார்பகங்கள் பாலைச் சுரந்தன. குழந்தை முகம்மதுவும், ஹலீமாவின் மைந்தன் அப்துல்லாஹ்வும் வயிறார பாலருந்தினர்.

பயணக் களைப்பு தீர அங்குச் சற்று தூங்கி விழித்த ஹலீமாவின் கணவர், தனது கிழட்டு பெண் ஒட்டகத்தைப் பார்க்கச் சென்றார். அப்போது அதன் மடு பருத்துப் பால் நிரம்பி நின்றதைக் கண்டு ஆச்சரியம் அடைந்தார். பின்னர், ஒட்டகத்தின் பாலைக் கறந்து கணவனும், மனைவியும் பசியாறினார்கள்.

மறுநாள் காலையில் ஹலீமா, குழந்தை முகம்மதுவை அழைத்துக்கொண்டு கோவேறு கழுதையில் அமர்ந்து

கிராமத்தை நோக்கிப் பயணமானார்கள். சோர்ந்து போன அந்தக் கோவேறு கழுதை இப்போது பீடு நடைபோட்டு மற்ற கழுதைகளை முந்திச் சென்றது. கிராமத்தை அடைந்த சில தினங்களில் வறுமை நீங்கி ஹலீமா வளம் பெற்றார்.

ஆறு மாதத்துக்கு ஒரு முறை அன்னை ஆமினாவிடம், குழந்தையைக் கொண்டுவந்து காட்டுவதை அவர் வழக்கமாக வைத்திருந்தார். ஆண்டுகள் மூன்று உருண்டோடின. குழந்தை முகம்மதுவுக்கு பால்குடி மறக்கடித்து, தாயாரிடம் ஒப்படைக்க மக்கா மாநகர் வந்தார் ஹலீமா. ஆனால், குழந்தையைவிட்டுப் பிரிய அவருக்கு மனம் வரவில்லை.

அப்போது மக்காவில் தொற்று நோய் பரவி இருந்தது. இதனால் குழந்தை முகம்மதுவை மீண்டும் ஹலீமா வசம் ஒப்படைத்து, மேலும் சிறிது காலம் பாதுகாத்து வரும்படி கூறினார் அன்னை ஆமினா. இதைக்கேட்டு எல்லையில்லா மகிழ்ச்சி கொண்ட ஹலீமா, குழந்தையைக் கிராமத்துக்கு அழைத்துச் சென்றார்.

ஐந்து வயது முடியும் வரை வளர்த்து அன்னையிடம் ஒப்படைத்துச் சென்றார். ஏடறியாமல், எழுத்தறியாமல் இருந்த குழந்தை மிகத் திருத்தமாக அரபு மொழியை உச்சரித்ததைக் கேட்டு அன்னை ஆமினா அகமகிழ்ந்தார்.

தம்மைப் பாலூட்டி வளர்த்த ஹலீமாவை அண்ணல் நபி அவர்கள் ஒருபோதும் மறந்ததில்லை. பலமுறை ஹலீமாவைச் சந்தித்து பேசி இருக்கிறார்கள். அப்போதெல்லாம், 'என் தாயார்... என் தாயார்...' என்று கூறியவாறு எழுந்து, தமது போர்வையைக் கீழே விரித்து அதன் மேல் அவரை அமரச்செய்தார்' என்பது அண்ணலாரின் பாச உணர்வுக்கு எடுத்துக்காட்டு.

37

உஹது வீராங்கனை

இஸ்லாமிய வரலாற்றில் உஹதுப் போர் முக்கியமானது. அதில் இறை நம்பிக்கையாளர்களுக்கு நபிகள் நாயகம் (ஸல்) அவர்கள் தலைமை ஏற்றார்கள். இறை மறுப்பாளர்களின் படைக்கு அபூ சுபியான் தலைமை தாங்கினார்.

இரு படைகளும் உஹது மலை அடிவாரத்தில் நேருக்கு நேர் மோதிக்கொண்டன. இதில் கலந்துகொள்ளும் பாக்கியம் உம்மு உமாரா அவர்களுக்குக் கிடைத்தது. போரின் ஆரம்ப கட்டத்தில் முஸ்லிம்களுக்கு வெற்றி கிடைத்தது. முஸ்லிம்களின் தாக்குதலைத் தாக்குப்பிடிக்க முடியாமல் தளவாடங்கள் அனைத்தையும் போட்டுவிட்டு அபூ சுபியான் தலைமையிலான படை, நாலாபுறமும் சிதறி ஓடியது. மலை ஓரத்தில் இருந்த கணவாயில் அம்பெறியும் வீரர்களை நபி (ஸல்) அவர்கள் நிறுத்தி இருந்தார்கள்.

'எனது உத்தரவு வரும் வரை இந்த இடத்தில் இருந்து எக்காரணம் கொண்டும் நீங்கள் இறங்கி வரக்கூடாது' என்று அவர்களுக்கு ஆணையிட்டு இருந்தார்கள். அந்த

ஆணையை மறந்த அந்த வீரர்கள், இறை மறுப்பாளர்கள் ஓடியதைக் கண்டதும் வெற்றி கிடைத்துவிட்டது எனக் கருதி அந்த இடத்தைவிட்டு அகன்று– கீழே கிடந்த பொருட்களைச் சேகரிக்கலானார்கள்.

புறமுதுகிட்டு ஓடியவர்கள் அதைப் பார்த்ததும் நாலாபுறத்தில் இருந்தும் திரும்பிவர– முஸ்லிம்கள் நடுவில் மாட்டிக்கொண்டனர். மறுபடியும் போர் உக்கிரம் அடைந்தது. சூழ்நிலை தலைகீழாக மாறியது. பெரும்பாலான முஸ்லிம் வீரர்கள் தப்பி ஓட ஆரம்பித்தனர். 13 பேருக்கும் குறைவானவர்கள் மட்டும் கடைசி வரை இறை நம்பிக்கையோடு உறுதியாகக் களத்தில் நின்றனர். அவர்கள் நபிகளாரைச் சுற்றி அரண் அமைத்தனர். அவர்களில் முக்கியமானவர் அபூ துஜானா (ரலி) என்ற நபித் தோழராவார்.

எதிரிகளின் அம்புகள் அவருடைய உடலைச் சல்லடை யாகத் துளைத்தன. ஆனாலும், அவர் நிலைகுலையாமல் அண்ணலுக்கு மனிதக் கேடயமாகவே மாறினார்.

இதேபோல நபிகளாரின் பாதுகாப்பு அரணாகத் திகழ்ந்த இன்னொருவர் உம்மு உமாரா (ரலி) அவர்கள். நபிகளாருக்குப் பாதுகாப்பாக இருந்ததோடு, வாளைச் சுழற்றி எதிரிகளை விரட்டி அடிக்கவும் ஆரம்பித்தார்கள். அப்போது எதிரிகள் வீசிய ஈட்டி உம்மு உமாராவின் உடலைப் பதம் பார்த்தது.

இதற்கிடையே நபிகளாரை நோக்கி தீயவன் ஒருவன் கல் எறிந்தான். அது நபிகளாரின் பல்லை உடைத்துவிட்டது. அப்போது இப்னு கமியா என்ற கொடியவன் வாள் கொண்டு தாக்கினான். அந்த வாள் நபிகளாரின் இரும்புத் தொப்பியில் பட்டு, அதில் இருந்த இரு வளையங்கள் தெறித்து முகத்தில் குத்தின. ரத்தம் பீறிட்டது.

இதைக் கண்ட உம்மு உமாரா அவர்கள் பதறிப் போய் இப்னு கமியாவைத் தடுத்தார்கள். உம்மு உமாரா வீசிய

வாள், கமியா அணிந்திருந்த இரண்டு கவசங்களில் ஒன்றை சுக்குநூறாக்கியது. அவன் திருப்பித் தாக்கியதில் உம்மு உமாராவின் தோளில் பலத்த வெட்டு விழுந்தது. ஆயினும், இப்னு கமியா எதிர் தாக்குதல் நடத்த பயந்து, குதிரையில் ஏறி தப்பிவிட்டான்.

உம்மு உமாரா அவர்களின் காயத்திற்கு அண்ணல் நபி அவர்கள் மருந்திட்டு கட்டினார்கள். தோழர்களைப் பார்த்து, 'இன்று அனைவரையும்விட உம்மு உமாரா அதிக வீரத்தைக் காட்டினார்கள்' எனப் பாராட்டினார்கள். அதனால் 'உஹது வீராங்கனை' என்று உம்மு உமாராவை இஸ்லாம் வரலாறு புகழ்ந்துகொண்டிருக்கிறது.

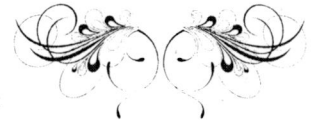

38

நீரூற்றைத் தேடும் பணி

அண்ணல் நபி அவர்களின் பாட்டனார் அப்துல் முத்தலிப். இவர் கி.பி. 496–ம் ஆண்டு மக்கா மாநகரில் செல்வாக்கு பெற்று விளங்கிய ஹாஷிம் என்பவரின் ஒரே மகனாகப் பிறந்தார். பெயர் ஆமிர்.

பெரிய தந்தை முத்தலிபின் அரவணைப்பிலும், பராமரிப்பிலும் வாழ்ந்ததால், அப்துல் முத்தலிப் (முத்தலி பின் அடிமை) என்று பெயர் சூட்டிக்கொண்டார்.

மக்கா மாநகரில் ‘கஅபா’வின் திருப்பணி, பாதுகாப்பு, தண்ணீர் வழங்குதல், பயணிகளை வரவேற்று உபசரித்தல் போன்ற பணிகளை அப்துல் முத்தலியின் மூதாதையர்கள் வழிவழியாகச் செய்து வந்தனர்.

அதன்படி அந்தப் பொறுப்பை அப்துல் முத்தலிப் ஏற்றார். ஆனால், பயணிகளுக்கு வழங்க தண்ணீர் இல்லை. ஜம் ஜம் நீரூற்று தூர்ந்து போய் காணப்பட்டது. அது இருந்த இடமும் யாருக்கும் தெரியவில்லை. வருகிற பயணிகளுக்கு வழங்க நீர் வேண்டுமே என்று கவலைகொண்டார், அப்துல் முத்தலிப்.

ஒரு நாள் 'கஅபா'வுக்கு அருகே அன்னை ஹாஜரா அடக்கம் செய்யப்பட்ட இடத்தில் அவர் தூங்கிக் கொண்டிருந்தார். அப்போது, அமரர் ஒருவர் கனவில் தோன்றி– 'ஜம் ஜம்' நீரூற்றைத் தோண்டுமாறு கட்டளை இட்டுச் சென்றார்.

அப்துல் முத்தலிப் விழித்தார். எழுந்து 'ஜம் ஜம்' நீரூற்றைத் தேடினார். கண்டுபிடிக்க முடியவில்லை. அடுத்த நாட்களில் அதே இடத்தில் தூங்கினார். மூன்றாம் நாள் இரவு அதே வானவர் கனவில் தோன்றி, 'எறும்புப் புற்றில் அண்டங்காக்கை ஒன்று அமர்ந்து கொத்திக்கொண்டிருக்கும். அதுதான் கிணறு இருக்கும் இடத்தின் அடையாளம்' என்று அறிவித்துச் சென்றார்.

மறுநாள் காலையில் கடப்பாரை, மண்வெட்டியுடன் ஒரே மகன் ஹாரிதை அழைத்துக்கொண்டு, அந்த இடத்திற்கு அப்துல் முத்தலிப் சென்றார். நீரூற்றைத் கண்டுபிடிக்கும் முயற்சியில் ஈடுபட்டார்.

'பாவம், பைத்தியம்!' என்று குரைஷி இன மக்கள் கேலி பேசினார்கள். நீரூற்றைக் கண்டுபிடிக்கும் முயற்சியில் உதவ யாரும் முன்வரவில்லை. 'இறைவா, இந்தப் புனிதப் பணியில் என்னுடன் ஒத்துழைக்க எவரும் முன்வரக் காணோம். எனக்குப் பத்து பிள்ளைகளைக் கொடுத்து, இந்த ஜம்ஜம் நீரூற்றைக் கண்டுபிடிப்பதில் வெற்றியை அளித்தால், அதில் ஒரு புதல்வனை உனக்குப் பலியிடுவேன்' என்று இறைஞ்சினார்.

அவரது பிரார்த்தனையை ஏற்ற இறைவன்– அவருக்கு 15 மகன்களையும், 6 மகள்களையும் வழங்கி 'ஜம்ஜம்' நீரூற்றைக் கண்டுபிடிக்க அருளினான். விளைவு– அன்று முதல் இன்று வரை மக்காவுக்கு யாத்திரை செல்லும் பயணிகளுக்கு 'ஜம்ஜம்' நீரூற்று, உயிரூற்றாக நின்று உதவுகிறது.

அப்துல் முத்தலிபுக்கு 10 மகன்கள் பிறந்த பிறகே தான் எடுத்துக்கொண்ட உறுதிமொழி நினைவுக்கு வந்தது.

அதை நிறைவேற்ற 10 மகன்களையும், குடும்பத்தினரையும் அழைத்துக்கொண்டு 'கஅபா' சென்றார். மகன்களின் பெயர்களைத் தனித்தனியே சீட்டில் எழுதி குலுக்கிப் போட்டு அதில் இருந்து ஒரு சீட்டை எடுத்தார். அவருடைய அழகுத் திருமகனார் அப்துல்லாஹ்வின் பெயர் வந்தது. குடும்பத்தினர் கதறினர்.

அங்கிருந்த பெரியவர்கள், 'நீர் அப்துல்லாஹ்வைப் பலியிடக் கூடாது. அதற்குப் பரிகாரமாக ஒட்டகங்களைப் பலியிடுவதுதான் அறிவுடைமை' என்று அறிவுரை கூறினார்கள்.

அப்துல் முத்தலிப் ஒருவாறு ஒப்புதல் அளித்தார்.

பிறகு அப்துல்லாஹ்வின் பெயரையும், 10 ஒட்டகங்களின் எண்ணிக்கை கொண்ட சீட்டையும் தனித்தனியே எழுதிப்போட்டு குலுக்கி எடுத்தார்கள். இதிலும் அப்துல்லாஹ் பெயரே வந்தது.

ஒட்டகத்தின் எண்ணிக்கையைப் பத்து பத்தாக அதிகரித்து எழுதிப் போட்டுக்கொண்டே வந்தார்கள். இறுதியில் '100 ஒட்டகம்' என்ற சீட்டை எழுதிப் போட்டு எடுத்தபோது, அப்துல்லாஹ்வின் பெயர் கொண்ட சீட்டு வரவில்லை. அதனால் 100 ஒட்டகங்களைப் பலியிட்டு, தனது பிரார்த்தனை பரிகாரத்தை நிறைவு செய்தார் அப்துல் முத்தலிப்.

39. இரு துருவங்கள்

அண்ணல் நபி அவர்களுக்கு தொல்லைகளையும், துயரங்களையும் அளித்து வந்ததில் முக்கியமானவன் அம்ரு இப்னு ஹிஷாம். இவன் செல்வாக்கும், சொல்வாக்கும் மிக்கவன். உயர் குடும்பத்தைச் சேர்ந்தவன். அவனை முஸ்லிம்கள் 'அபூ ஜஹல்' (அறிவீனத்தின் தந்தை) என்று அழைத்தனர்.

ஒரே தாயிடம் பால் குடித்ததால் அபூ ஜஹலின் சகோதரரானவர் அயாஷ். இருந்தபோதிலும் இவர்கள் இருவேறு துருவங்களாக விளங்கினர். நபிகளாருக்குத் துன்பம் விளைவிப்பதையே தனது கடமை என்று நினைத்தான் அபூ ஜஹல். அந்த நேரத்தில் இஸ்லாத்தை ஏற்று, பெருமானாரின் பேரன்புக்குப் பாத்திரமாகத் திகழ்ந்தார் அயாஷ்.

அபூ ஜஹலின் தந்தை ஹிஷாமுக்கு இன்னொரு மகன் இருந்தார். அவர் பெயர் ஸலமா. அவரும் அந்தக் காலத்திலே இஸ்லாத்தில் இணைந்துவிட்டார்.

இஸ்லாத்தைத் தழுவிய ஊர் மக்களைத் துன்புறுத்தி வந்த அபூ ஜஹல், தன் உடன்பிறப்புகளையும் விட்டுவைக்கவில்லை. அவனது கொடுமை தாங்காமல் ஸலமா, அயாஷ் ஆகியோர் அபிசீனியாவுக்குச் சென்றனர். அயாசின் மனைவி அஸ்மாவும் இஸ்லாத்தை ஏற்று அபிசீனியா சென்று சிலகாலம் வாழ்ந்தார். பிறகு இவர்கள் அனைவரும் மக்கா திரும்பினார்கள்.

அப்போது ஸலமாவைப் பிடித்து அபூ ஜஹல் சிறைப்படுத்தினான். ஆனால், அபூ ஜஹலின் பிடியில் சிக்காமல் மதீனா மாநகர் சென்று சேர்ந்தார் அயாஷ்.

அவரைத் தந்திரமாக மக்காவுக்கு அழைத்துச் செல்ல அபூ ஜஹல் திட்டமிட்டான். மதீனா சென்று, 'உனக்குப் பாலூட்டிய தாய் மிகவும் மோசமான நிலையில் இருக்கிறார். அவர் உன்னைக் காண விரும்புகிறார்' என்று நயமாகப் பேசி, மக்காவுக்கு அழைத்துச் சென்று சிறையில் அடைத்தான். அதே சிறையில்தான் ஸலமாவும் இருந்தார். அவர்களோடு சிறைக்கு வலீத் (ரலி) அவர்களும் வந்து சேர்ந்தார்.

நாட்கள் பல சென்றன. வலீத் ஒருநாள் சிறையில் இருந்து தப்பி மதீனா சென்றார். அப்போது அவரிடம், அயாஷ்– ஸலமா நிலை குறித்து அண்ணல் நபி அவர்கள் அன்புடன் விசாரித்தார்கள். அவர்களை விலங்கில் பிணைத்து, குரைஷிகள் கொடுமைப்படுத்துவதாக வலீத் கூறினார். அதைக்கேட்டு கலங்கிய நபிகளார், அவர்களை எப்படியாவது விடுவிக்க வேண்டும் என்று உறுதி பூண்டார்கள்.

இதற்காக மக்கா மாநகரில் வாழ்ந்த ஒருவரின் முகவரியை வலீத்திடம் கூறி, சிறையில் இருக்கும் இருவரையும் அவருடைய உதவியோடு அழைத்து வாரும் என்று கூறி நபிகளார் அனுப்பினார்கள்.

அந்த மனிதரைச் சந்தித்தார் வலீத். 'நீங்கள் தப்பிச் சென்ற பிறகு அவர்கள் இருவரின் இருப்பிடத்தையும்

குரைஷிகள் மாற்றிவிட்டனர். இப்போது எங்கே சிறை வைக்கப்பட்டு இருக்கிறார்கள் என்று தெரியவில்லை' என்று அவர் கூறினார்.

இருவரும் சிறை வைக்கப்பட்டிருக்கும் இடத்தைத் தேடி வலீத், மக்கா மாநகர வீதிகளில் பல நாட்கள் அலைந்தார். ஒருநாள், பெண் ஒருத்தி தலையில் பாத்திரங்களைச் சுமந்து செல்வதைக் கண்டார். தற்செயலாக அவளிடம், 'இதில் யாருக்காக உணவு எடுத்துச் செல்கிறாய்?. நானொரு பயணி. எனக்குப் பசிக்கிறது. இந்த உணவைத் தரமாட்டாயா?' என்று கேட்டார்.

அதற்கு அந்தப் பெண், 'இஸ்லாத்தில் சேர்ந்ததால், சிறைப்பட்டிருக்கும் ஸலமா- அயாஷ் ஆகியோருக்கு உணவளிக்க என் எஜமான் உத்தரவிட்டுள்ளார். அவர்களுக்கான இந்த உணவை நான் எப்படி உங்களுக்குத் தர முடியும்?' என்று பதிலளித்தார்.

'அப்படியானால் வேண்டாம்' என்று கூறிய வலீத், அந்தப் பெண் அறியாத வண்ணம் அவளைப் பின்தொடர்ந்து சென்றார். ஸலமா- அயாஷ் ஆகியோர் சிறை வைக்கப்பட்ட வீட்டை அறிந்துகொண்டார்.

இருவரையும் சந்தித்துப் பேசினார். விலங்கை உடைக்கத் தேவையான கருவிகளை எடுத்துக்கொண்டு போய் விலங்கைத் தகர்த்து இருவரையும் மீட்டார். 3 பேருமாக மதீனா சென்று சேர்ந்தனர். அதைக்கண்டு பெரிதும் அகமகிழ்ந்தார்கள் நபிகள் பெருமான்.

40
அன்னை ஆமினா

நபிகளாரின் தந்தை அப்துல்லாஹ் 24 வயதை எட்டியபோது, மணம் செய்துவைக்க வீட்டில் விரும்பினார்கள். அன்னை ஆமினாவுக்கும், அப்துல்லாஹ்வுக்கும் திருமணம் இனிதே நடந்தது.

அரேபியர்கள் பெரும்பாலும் வெளிநாடுகளில் வர்த்தகம் செய்தனர். மணமாகி ஒருசில மாதங்களில் சிரியாவுக்கு வணிகம் செய்யப் புறப்பட்டார் அப்துல்லாஹ். வாணிபம் முடிந்து திரும்பும் வழியில், யத்ரிப் நகர் அருகில் உள்ள ஆமினாவின் அண்ணன் வீட்டுக்குச் சென்றார். சில நாட்கள் அங்கேயே தங்கி இருந்தார். அப்போது அவர் நோயுற்றார். நலம் பெறாமலே இறைவன் நாட்டப்படி மரணம் அடைந்தார். யத்ரிப் நகரில் அவரது உடல் நல்லடக்கம் செய்யப்பட்டது.

இந்தத் துக்க செய்தி மக்கா வந்தது. மாநகரே சோகத்தால் சோர்ந்தது. தந்தை அப்துல் முத்தலிபுக்கும் அது ஆற்றொணாத் துயரைத் தந்தது. இந்தச் செய்தியை ஆமினாவிடம் எப்படி கூறுவது என்று அவர் தவித்தார்.

அப்போது அண்ணல் நபி அவர்கள் ஆமினாவின் மணிவயிற்றில் 8 மாதக் குழந்தையாக இருந்தார்கள்.

அப்துல்லாஹ் மரணம் அடைந்தபோது, மனைவி-மகனுக்கு விட்டுச்சென்ற சொத்து 5 ஒட்டகங்களும், சில ஆடுகளும், உம்மு ஐமன் என்ற நீக்ரோ பெண் அடிமையுமே. கி.பி. 571 ம் ஆண்டு ஏப்ரல் 20-ந்தேதி (ரபியுல் அவ்வல் 12-ம் நாள்) அன்னை ஆமினா, நபி அவர்களை ஈன்றெடுத்தார்கள்.

பிறக்கும்போதே தந்தையைக் காணும் பேறு பெறாத அன்பு பேரனுக்கு 'முகம்மது' என்று பெயர் சூட்டி அகமகிழ்ந்தார் பாட்டனார் அப்துல் முத்தலிப். ஆண்டுகள் உருண்டோடின. சொந்த ஊருக்குச் சென்று சொந்தபந்தங்களைக் கண்டுவர ஆமினா அளப்பரிய ஆவல் கொண்டார். அதற்கு அப்துல் முத்தலிப் மறுப்பேதும் கூறவில்லை. ஆமினாவின் ஆசைப்படி பூர்வீகப் பூமிக்குச் சென்றுவர அனுமதித்தார். அவருடன் பரகா என்ற பணிப் பெண்ணையும் துணையாக அனுப்பி வைத்தார்.

ஒட்டகம் புறப்பட்டு, ஆமினாவின் முன்னோர்கள் வாழ்ந்த யத்ரிப் போய்ச் சேர்ந்தது. அங்கு உற்றார், உறவினர்களைச் சந்தித்து ஆமினா உரையாடினார். அன்பு மகனை அறிமுகம் செய்து வைத்தார். பாலகர் முகம்மதுவின் பழக்கவழக்கங்களும், அமுத மொழியும் அனைவரையும் கவர்ந்தன.

அப்துல்லாஹ் அடக்கம் செய்யப்பட்ட இடத் திற்கும் மகனை அழைத்துச் சென்றார். தந்தையின் நினைவிடத்தைக் கண்டதும் அவரைப் பற்றிய செய்திகள் தனயனின் சிந்தையில் பதிந்தன. கண்கள் நீரைச் சொரிந்தன.

ஒரு மாத காலம் ஆமினா அங்கு தங்கி இருந்தார். பின்னர், அருமை மகனை அழைத்துக்கொண்டு உறவினர்களிடம் பிரியா விடைபெற்று மக்கா மாநகர் நோக்கிப்புறப்பட்டார். துணைக்குப் பணிப்பெண்ணும் வந்தார்.

புறப்பட்ட சில நாட்களில் அவர்கள் யத்ரிபுக்கும், மக்காவுக்கும் இடையில் உள்ள அபுவா என்ற சிற்றூரை அடைந்தனர். அப்போது ஆமினா முகத்தில் வாட்டம் தெரிந்தது. அவரது நெற்றியைத் தொட்டுப் பார்த்த பரகா, தன்னுடைய எஜமானியின் சோர்வுக்குக் காரணம் நோய்தான் என்பதைப் புரிந்துகொண்டார். செய்வதறியாது திகைத்தார். சிறிது நேரத்திலே அன்னை ஆமினா மரணம் அடைந்தார். அவரை அங்கேயே நல்லடக்கம் செய்துவிட்டு, பாலகர் முகம்மதை அழைத்துக்கொண்டு மக்கா மாநகர் வந்து சேர்ந்தார் பரகா.

இளம் வயதிலே பெற்றோரை இழந்த பேரன் முகம்மதுவின் நிலையை எண்ணி– அப்துல் முத்தலிப் அளவற்ற துயரமும், வேதனையும் அடைந்தார். 110 வயதைக் கடந்த அவர், தன் பேரனை யாருடைய பாதுகாப்பில் ஒப்படைப்பது என்று சிந்தித்தார்.

இறுதியில் இரு மக்களையும் அழைத்தார். செல்வச் செழிப்புள்ள பெரிய தந்தையான அப்துல் உஸ்ஸாவும், ஏழ்மை நிலையில் இருந்த இன்னொரு பெரிய தந்தையான அபுதாலிபும் தங்கள் தம்பி புதல்வரை வளர்க்க போட்டி போட்டனர். இறுதியில் பாலகர் முகம்மது விருப்பப்படி அபுதாலிபிடம் ஒப்படைக்கப்பட்டார்!

41

அதிசய அடையாளம்

சிறு வயதில் முகம்மது, எந்தக் குறையும் இல்லாமல் தன் பெரிய தந்தை அபூதாலிப் வீட்டில் வளர்ந்து வந்தார். கி.பி. 579-ல் பாட்டனார் அப்துல் முத்தலிப் மரணமடைந்தார். இது முகம்மதுவை பெரிதும் வாட்டியது.

அப்போது வயது 12. ஆனாலும், பெரிய தந்தையின் வீட்டில் வெறுமனே விளையாட விரும்பவில்லை. அங்கே ஆட்டு மந்தைகள் இருந்தன. அவற்றைக் காலையில் ஓட்டிச் சென்று மேய்ச்சலுக்கு விடவும், மாலையில் திருப்பிக் கொண்டுவரவும் பழகிக்கொண்டார்.

அபூதாலிப், வியாபாரத்திற்காகச் சிரியா செல்ல நேர்ந்தது. அவருடன் போக முகம்மது ஆர்வம் காட்டினார். இதை அறிந்த அபூதாலிப், தம்பி மகனையும் தம்முடன் அழைத்துச் செல்ல உடன்பட்டார். பள்ளிக்கூடம் செல்லவில்லை, பாடங்களைப் படிக்கவில்லை என்றபோதிலும் வியாபார நுணுக்கங்களை உடனே கற்றுக்கொள்கிற உற்சாகம்

இருந்தது. இது அபூதாலிபை வியக்க வைத்தது. இதனால், வெளிநாடுகளுக்குச் செல்லும் போதெல்லாம் முகம்மதுவையும் அழைத்துச் சென்றார்.

சிரியாவில் புஸ்ரா என்ற இடத்தில் அந்நேரம் புஹைரா என்ற பாதிரியார் வாழ்ந்தார். அவர் தினந்தோறும் அதிகாலையில் வீட்டுக் கூரை மீது ஏறி, இருட்டுகிற வரை ஒவ்வொரு திசையாகப் பார்த்துக்கொண்டே இருப்பார்.

அன்றொரு நாள் அவர் ஒரு ஆச்சரியத்தைக் கண்டார். ஒட்டகத்தின் மீது பிரகாசமான முகப்பொலிவோடு சிறுவன் அமர்ந்து வருவது தெரிந்தது. ஒட்டகங்கள் ஒரு மரத்தின் அருகே ஓய்வெடுத்தன. அங்குச் சென்று அபூதாலிபிடம், புஹைரா பேச்சுக் கொடுத்தார்.

'எங்கிருந்து வருகிறீர்கள். இந்தச் சிறுவன் உங்களுக்கு என்ன உறவு?' என்று கேட்டார். அபூதாலிப், 'மக்கா மாநகரில் இருந்து வருகிறோம். இந்தச் சிறுவன் என் மகன்தான்' என்றார்.

இதைக்கேட்டதும் புஹைரா, 'அதெப்படி... இவர் உங்கள் மகனாக இருக்க முடியாதே? இச்சிறுவனின் தந்தை உயிரோடு இருக்க வாய்ப்பு இல்லையே?' எனக் கேட்டார்.

இது அபூதாலிபை அதிரச் செய்தது. புஹைராவின் பார்வை, சிறுவன் முகம்மது மீது படர்ந்தது.

'உண்மையை உயர்த்திப் பிடிக்க ஒருவர் வருவார் என்று எங்களவர்கள் முன்னறிவிப்பு செய்திருக்கிறார்கள். அவருக்கு முதுகில் ஓர் அடையாளம் இருக்கும் என்று அறிவிக்கப்பட்டு இருக்கிறது' என்று கூறிய புஹைரா, முகம்மது அருகே சென்றார்.

முகம்மதுவின் மேலாடையை அபூதாலிப் தூக்கிப் பார்த்தார். பாதிரியார் கூறியபடி, முதுகில் அந்த அதிசய அடையாளம். அதைக்கண்டு வியப்பில் அவரது விழிகள் விரிந்தன. இருவரது முகங்களிலும் பரவசம் பரவியது.

'மிகுந்த எச்சரிக்கையோடு இருங்கள். இவர் இன்னார் என்று அறிந்தால், யூதர்கள் இவரது உயிருக்கு ஆபத்து விளைவிக்க முயற்சிக்கலாம். துன்பங்கள் வரலாம். இவரைப் பாதுகாத்து வாருங்கள். உலகம் இவருக்காகக் காத்திருக்கிறது. எனவே, வந்த காரியத்தை முடித்துக்கொண்டு விரைவில் ஊர் திரும்புங்கள்' என்று கூறினார் புஹைரா. அவ்வாறே வேலைகளை விரைந்து முடித்துக்கொண்டு, முகம்மதுவுடன் மக்கா சென்று சேர்ந்தார் அபூதாலிப்.

42

அதிசய ரகசியம் 'ஜம் ஜம்'

பாலைவனப் பிரதேசமான அரபு நாடு மிகவும் வறண்டது. அதனால் அருகில் ஆண்ட மன்னர்கள் யாரும் அந்த நாட்டின் மீது ஆசை கொள்ளவில்லை. மக்கள் சுதந்திரமாக இருந்தனர்.

நூஹ் நபி அவர்களின் மகன் ஷாம் என்பவரின் வழித் தோன்றல்களான ஆதி பழங்குடி அரேபியர்கள், பாலைவன அரேபியர்கள், குடியேறிய அன்னியர்கள் என்று 3 பிரிவினர் வாழ்ந்து வந்தனர்.

அங்கு குடியேறி வாழ்ந்தவர்களில் இப்ராகீம் நபியும் ஒருவர். ஈராக் நகரில் உள்ள கல்தூனியாவைச் சேர்ந்த இவர்களின் சிறிய தந்தை ஆஸர், சிலைகள் செய்து விற்று வந்தார்.

நபி இப்ராகீம் விக்ரக வழிபாட்டைக் கண்டித்து ஏக இறைவனை வணங்குமாறு மக்களிடையே பிரசாரம் செய்து வந்தார்கள். இதனால் வெறுப்புற்ற அந்த நாட்டு மன்னன் நம்ரூது, நபி இப்ராகீம் அவர்களை நாட்டை விட்டு வெளியேற்றினான்.

சிரியா சென்ற நபி இப்ராகீம் அவர்கள், தன் சிறிய தந்தையின் மகளான சாராவைத் திருமணம் செய்தார்கள். காலம் உருண்டோடியது. மீண்டும் சொந்த நாட்டுக்குத் திரும்பி ஏக இறைவனைப் பற்றியும் விக்ரக தரிசனத்தைக் கண்டித்தும் பிரசாரம் செய்தார்கள். இதனால் ஆத்திரம் அடைந்த மன்னன் நம்ரூது, நெருப்புக் குண்டத்தில் இப்ராகீம் நபியை எறிய உத்தரவிட்டார். நெருப்புக் குண்டம் இறைவன் கருணையால் பூங்காவாகப் பொலிவு பெற்றது.

இதன் பிறகு மனைவி சாராவுடன் இப்ராகீம் நபி அவர்கள் எகிப்து நாட்டுக்குச் சென்றார்கள். அங்கு மன்னர் ரக்கீயூன், அவர்களைக் கண்ணியப்படுத்தி பல பொருட்களைப் பரிசாக வழங்கினார். இளவரசி ஹாஜராவையும் அன்புப் பரிசாக அளித்தார். சாராவுக்கு குழந்தைச் செல்வம் இல்லாததால் ஹாஜராவை மணமுடித்தார்கள் இப்ராகீம் நபி.

ஆண்டுகள் சில கழிந்தன. ஹாஜராவுக்கு ஆண் குழந்தை பிறந்தது. அதற்கு இஸ்மாயில் என்று பெயரிட்டனர். பின்னர் மூத்த மனைவி சாராவும் ஆண் குழந்தையைப் பெற்றெடுத்தார். அதற்கு இஸ்ஹாக் என்று பெயரிட்டார்கள்.

இஸ்மாயில் குழந்தையாக இருந்தபோது இறைவன் கட்டளையை நபி இப்ராகீம் இனிதே ஏற்று ஹாஜரா வையும், குழந்தையையும் மக்கா மாநகர் அருகே உள்ள பாரான் என்னும் இடத்தில் விட்டுச் சென்றார்கள்.

ஒருநாள் குழந்தை தாகத்தால் தவித்து அழுதது. கைவசம் தண்ணீர் இல்லாததால் அன்னை ஹாஜரா துடித்தார். தண்ணீரைத் தேடி சபா, மர்வா ஆகிய குன்றுகளுக்கு இடையே ஓடிக் களைத்தார். தண்ணீர் கிட்டவில்லை.

திடீரென்று குழந்தை இஸ்மாயில் வீறிட்டு அழும் குரல் கேட்டது. அது ஹாஜராவின் நெஞ்சைப் பிழிந்தெடுக்க, குழந்தை அருகே வந்தார். மனமுருகி இறைவனிடம்

பிரார்த்தனை செய்தார். அப்போது குழந்தை இஸ்மாயில் காலைத் தரையில் ஓங்கி அடிக்க... அந்த இடத்தில தண்ணீர் பீறிட்டுப் பாய்ந்தது. வெள்ளம் பெருக்கெடுத்து ஓடி... வற்றிப் போய்விடுமோ என்று பதறிப்போன ஹாஜரா "ஜம் ஜம்" என்று கூறினார். 'ஜம் ஜம்' என்றால் 'நில் நில்' என்று அர்த்தம்

நாலாயிரம் ஆண்டுகளுக்கு முன்பு பாலைவனத்தில் தோன்றிய அந்த 'ஜம், ஜம்' நீருற்று இன்றும் வற்றாமல் நீரை வாரிப் பொழிகிறது.

மக்கா மாநகருக்குச் செல்லும் புனிதப் பயணிகளின் தண்ணீர் தேவையை இந்த நீருற்று நிறைவு செய்கிறது. அதைப் புனித நீராகப் போற்றி சொந்த ஊருக்கும் எடுத்து வருகிறார்கள். உறவினர்களுக்கும் நண்பர்களுக்கும் வழங்கி மகிழ்கிறார்கள்.

'ஜம் ஜம்' நீர் எத்தனை நாட்கள் இருந்தாலும் கெடாத அதிசயம்; இது இறைவனின் ரகசியம்.

43

மூட்டை சுமந்த ஆளுநர்

ஈரானில் உள்ள அஸ்பஹானில் இருந்து இரண்டு மைல் தொலைவில் உள்ள குக்கிராமம் ஜய்யு. இந்தக் கிராமத்துச் செல்வந்தர் வீட்டு மகன் ஸல்மான் பார்சி. இவருடைய தந்தை பூஜைகளில் ஆர்வம் கொண்டவர். வீட்டில் நெருப்புக் குண்டம் இரவும், பகலும் எரிந்து கொண்டே இருக்கும்.

பெற்றோரின் செல்வச் செழிப்பில் மூழ்கி, ஆடம்பர வாழ்வில் லயித்துவிட ஸல்மான் விரும்பவில்லை. உன்னத நெறியைத் தேடி வீட்டை விட்டுப் புறப்பட்டார். பல்வேறு துயரங்களை அனுபவித்தபடி தனது லட்சியப் பயணத்தைத் தொடர்ந்தார். இறுதியில் இறைத் தூதர் நபிகளாரைச் சந்தித்து, இஸ்லாத்தில் இணைத்தார்.

பத்ர், உஹது நீங்கலாக அனைத்துப் போர்களிலும் ஸல்மான் பங்கு பெற்றார். நபிகளாரின் பேரன்புக்கு உரியவராகத் திகழ்ந்தார். நபிகளாரும் அவரைப் போற்றி புகழ்ந்தார்கள். நபிகளாரின் மறைவுக்குப் பிறகு அபூபக்கர் சித்தீக், உமர் போன்ற கலீபாக்களின் ஆட்சிக் காலங்களில் இஸ்லாமிய அரசுக்கு அதிக வருவாய் வந்தது.

அது அரசு துறைகளை மேம்படுத்துவதற்கும், துயர் துடைப்புப் பணிகளுக்கும் செலவிடப்பட்டது. தனிப்பட்ட முறையில் ஏழைகளுக்கும் பகிர்ந்து அளிக்கப்பட்டது. ஸல்மானுக்கு அரசின் சார்பில் ஆண்டுக்கு 5 ஆயிரம் வெள்ளி நாணயங்கள் வழங்கப்பட்டன. ஆனால், அதை அவர் ஏழைகளுக்குத் தர்மம் செய்துவிடுவார்.

உமர் அவர்கள் கலீபாவாக இருந்தபோது மத்யன் நகர் ஆளுநராக ஸல்மான் நியமிக்கப்பட்டார். ஆனால், அரசுப் பணியை ஏற்க விரும்பவில்லை என்றாலும் சூழ்நிலை காரணமாக அதை ஏற்றுக்கொண்டார். அப்போதும் எளிமையாகவே வாழ்ந்தார்.

ஆளுநர் பதவிக்காக அரசு கருவூலத்தில் இருந்து ஊதியமாக எதுவும் பெறவில்லை. பேரீச்ச மர ஓலையில் கூடைகளும், ஓலைப்பைகளும் பின்னி குடும்பத்தைக் காப்பாற்றி வந்தார்.

ஒருமுறை ஏழையைப் போல் உடையணிந்து தனக்குத் தேவையான பொருட்களை வாங்க ஸல்மான், மத்யன் நகர் கடைவீதியில் நடந்து சென்று கொண்டிருந்தார். அப்போது பயணி ஒருவர் ஏராளமான பொருட்களை வாங்கி, அவற்றைப் பெரிய மூட்டையாகக் கட்டி தூக்கிச் செல்ல கூலியாளைத் தேடிக் கொண்டிருந்தார். நீண்ட நேரமாகியும் கூலியாள் கிடைக்கவில்லை. ஸல்மான் உடையைப் பார்த்து பணியாள் என்று கருதிய அவர் சுமையைச் சுமக்க அழைத்தார்.

மறுப்பு ஏதும் சொல்லாமல் அந்தப் பெரிய மூட்டையைச் சுமந்தபடி பயணியுடன் ஸல்மான் சென்றார். பயணியின் வீடு வந்ததும் மூட்டையை இறக்கி வைத்து விட்டு அங்கிருந்து புறப்பட்டார்.

உடனே அந்தப் பயணி, “கூலி வாங்காமல் போகிறாயே? எவ்வளவு வேண்டும்?” என்று கேட்டார்.

“பொது மக்களுக்குச் சேவை செய்வதற்காகத்தான் கலீபா அவர்கள் என்னை இந்த நகரத்தின் ஆளுநராக நியமித்துள்ளார். எனவே எனக்குக் கூலி வேண்டாம்” என்று ஸல்மான் பார்சி பணிவோடு கூறிவிட்டு, அந்த இடத்தை விட்டு நகர்ந்தார்.

திகைப்பில் இருந்து மீள அந்தப் பயணிக்கு நெடுநேரம் பிடித்தது.